AF518752

INSIGHT PUBLICA®

INSIGHT PUBLICA®
Kozhikode, Kerala, India 673011
www.insightpublica.com
e-mail: insightpublica@gmail.com
Nattupattupusthakam
Jayakumar K Pavithran
(Malayalam Folksongs & Poems)
First Edition: December 2020

ISBN 978-93-90355-56-3

നാട്ടുപാട്ടുപുസ്തകം

ജയകുമാർ കെ പവിത്രൻ

INSIGHT PUBLICA

മലയാളത്തനിമയാർന്നതും ഒറ്റയ്ക്കുനില്ക്കാൻ കെല്പുള്ളതുമായ വരികളിലൂടെ ഗാനരംഗത്ത് ശ്രദ്ധേയനായ ജയകുമാർ കെ പവിത്രൻ അക്ഷരലോകത്ത് തന്റേതായ ഇടം കണ്ടെത്തിയ എഴുത്തുകാരനാണ്. കോട്ടയം ജില്ലയിലെ വൈക്കത്ത് തുറുവേലിക്കുന്നിൽ ജനിച്ചു. അച്ഛൻ പവിത്രൻ. അമ്മ രാജേശ്വരി. വല്ലകം സെന്റ് മേരീസ് ഹൈസ്കൂൾ, തലയോലപ്പറമ്പ് ദേവസ്വം ബോർഡ് കോളേജ് എന്നിവിടങ്ങളിൽ വിദ്യാഭ്യാസം. രാഷ്ട്രമീമാംസയിൽ ബിരുദം. ഭാര്യ: വിഷ്ണുപ്രിയ. മകൻ: ഋതുരാഗ് (അത്തപ്പു).

മറ്റു പുസ്തകങ്ങൾ: *പ്രണയരതിമരണങ്ങളും*
ജീവിതത്തിന്റെ ഒറ്റമൂലിയും (കവിതകൾ).

വിലാസം: കണ്ണാളംതറ, ഉദയനാപുരം പി.ഓ.,
വൈക്കം, കോട്ടയം-686143
മൊബൈൽ: 9645387618

ജയകുമാർ കെ പവിത്രൻ

നാട്ടുവഴിയിലെ പാട്ട്

കേരളത്തിലെ ഒട്ടുമിക്ക ദേശങ്ങളെയുംപോലെതന്നെ, മിത്തും ചരിത്രവും പലപ്പോഴും പരസ്പരം കൈപിടിച്ച് നടക്കാനിറങ്ങുന്ന ഒരു നാടായിരുന്നു എന്റേതും. പുകൾപെറ്റ വെമ്പൊലിനാടായ്, വീറ്റ വടക്കുംകൂറുദേശമായ്, പലകാലങ്ങളിൽ പരന്നു കിടന്നൊടുവിൽ തിരുവിതാംകൂറിൽ ചേർക്കപ്പെട്ട ദേശമെന്ന പഴമ്പുരാണം പണ്ടെങ്ങോ കേട്ടതോർമ്മയുണ്ട്. ഈ നാടിന്റെ ഉൾത്താളങ്ങളെ പറ്റുംപോലെ പാട്ടിൽ പകർത്താമെങ്കിൽ, വേദികൾതോറും ഒരേ പാട്ടുകൾ പാടുമ്പോഴുള്ള ആവർത്തനവിരസത ഒഴിവാക്കാൻ സഹായകരമാകുമെന്ന് നാട്ടിലെ ചില നാടൻപാട്ട്കലാകാരന്മാർ സൂചിപ്പിച്ചയിടത്താണ് ഈ പാട്ടുകളുടെ ആദ്യത്തെ വിത്തുപാകൽ നടന്നത്. പ്രാദേശിക സംസ്കാരത്തിന്റെ അലയൊലികൾ എന്റെ എളിയ ഭാവനയിൽ പാട്ടുകളായി അടയാളപ്പെട്ടുകയായിരുന്നു. വടമതിര/കടന്തേരി (കടുത്തുരുത്തി), മുണ്ടക്കൽ (ഉണ്ണുനീലി സന്ദേശത്തിലെ നായികാഗൃഹം), എന്നിങ്ങനെ ഉണ്ണുനീലി സന്ദേശത്തിലെ ഏതാനും നാമങ്ങൾ 'കരിപ്പാട്ട്'ന്റെ ആരംഭത്തിൽ ഉപയോഗിച്ചിട്ടുള്ളത് ആ ദേശസംസ്കാരത്തിന്റെ പഴക്കവും പെരുമയും സൂചിപ്പിക്കുക എന്ന ഉദ്ദേശ്യത്തോടുകൂടിയാണ്. പരമ്പരാഗതമായി നാട്ടിൽ പ്രചരിച്ചുപോരുന്ന ഒരു കഥയാണ് ആറ്റുവേലപ്പാട്ടിലെ ഇതിവൃത്തം. ഐതിഹ്യവും വടക്കുംകൂർ നാട്ടുരാജ്യ ചരിതവുമെല്ലാം ആ കഥയിൽ കൂടിക്കുഴഞ്ഞിട്ടുണ്ടാവാം. തലയോലപ്പറമ്പിനെക്കുറിച്ചുള്ള പാട്ടിലും 'വല്ലോടോം പോയിവരുമ്പം' എന്ന പാട്ടിലും കടന്നുവരുന്നത് ചില കേട്ടുകേൾവികളാണ്. ഇതെല്ലാമൊഴിച്ചാൽ വെമ്പൊലിനാട്ടുപാട്ടുതുടങ്ങി മറ്റെല്ലാ പാട്ടുകളിലുമുള്ളത്, അടിയിൽ നേരിന്റെ നീരൊഴുക്കുള്ള മണ്ണിൽ ചവിട്ടുമ്പോഴുണ്ടായ കൽപനയുടെ നേരിയ സ്പന്ദനം മാത്രമാണ്.

കൂട്ടായ്മയുടെ വെട്ടത്തിൽ ഉരുവംകൊണ്ട ഈ പാട്ടുകൾ പാടിപ്പതിയുംമുമ്പേ പ്രളയമെത്തിയിരുന്നു. വാമൊഴിയായ് വളരുംമുമ്പേ വ്യാധിയുംവന്നുചേർന്നു; മഹാമാരി! എങ്കിലും അതിജീവനതാളം മുഴങ്ങിക്കൊണ്ടേയിരിക്കയാൽ, വരമൊഴിയായ് ഇതിവിടെ നടുകയാണ്. ഒപ്പം ഏതാനും കവിതകളും. തെറ്റുകുറ്റങ്ങൾ പൊറുത്ത് സ്വീകരിച്ചാലും. കൂപ്പുകൈ.

ജയകുമാർ കെ പവിത്രൻ

ഉള്ളടക്കം

നാടൻ പാട്ടുകൾ

കവിതകൾ

വെമ്പൊലിനാട്ടുപാട്ട്

വെമ്പൊലിനാട്ടിൻകൊടി കെട്ടുമിക്കൊച്ചുവള്ളം
ചുറ്റിണ ചെമ്പരുന്തേ പോ... പോ... പോ...
വമ്പൊള്ള വേമ്പനാട്ടു തണ്ണിപ്പരപ്പുമ്മേലേ
റാകിപ്പറക്കാതങ്ങ് പോ... പോ... പോ...

വള്ളത്തീ, വെള്ളമ്പോല കിലുകിലും ചിരിക്കണ
കറ്റക്കിടാവിന നീ പാക്കാതേ...
ചാട്ടുളിക്കണ്ണിലെങ്ങാം പെട്ടെന്ന് പെട്ടെന്നാലേ
റാഞ്ചിയെടുപ്പതിന്നും നിക്കവേണ്ടാ...
കേളേന്റ പങ്കായമേ, ഓടിയടുക്കണ്ണൊണ്ടേ
കോളോടെ ആടിമാതം മേളീന്നേ...
ആട്ടാത അക്കരെക്ക് ആക്കേണം, ആമ്പെറന്ന
പുള്ളേന പൂങ്കുടീലാക്കവേണം...

പങ്കപ്പാടേതുമില്ലാതേനക്കേടൊട്ടുമില്ലാ
-തങ്ങിനെ കരപിടിച്ചോനാരാണേ
വെമ്പൊലിനാട്ടകത്തെ ഞെരിപ്പീ കുരുപ്പെടുത്ത
തേവനും തള്ളേമാണേ... നേരാണേ...

തേയത്തിന്നതിരിട്ട കായക്കരെ പിറന്ത
തേവന്റ പാട്ട്കേട്ടാ തെയ്യാരാ...
നാട്ടിന്റ ചങ്കത്തൊള്ള പലതായ പൊലമെല്ലാം
കാക്കണ മൺപെറന്നമകനാണേ...

വെമ്പൊലിനാട്ടീത്തങ്കം നാടോടിപ്പാട്ടീപ്പൊങ്കം
കരിത്തന്റ കതയ്ക്ക് താളക്കൈക്കൊട്ടേ...
ചെറ്മന്റ കയ്യുംമെയ്യും നാട്ടിന്ന് കാവലാണേ
പണിയാളുങ്കാവലാളും നേരാണേ...

പൊയ്യ് പൊലിക്കേമില്ലേ നെയ്യ് കിള്ക്കേമില്ലേ
ഉണ്മക്കേ ചോട് വച്ചേ തിന്താരാ...
ഞാറ്പറിച്ച്നട്ടേ നോവ് പറിച്ചെറിഞ്ചേ
ഉണ്മക്കേ ചോട് വച്ചേ തിന്താരാ...

പുലരേ പൂവന്റ് കൂവൊന്നുകേട്ടേ

പൂവോയ്.... പൂവോയ്... പൂവോയ്...
പൂവോയ്... പൂവോയ്... പൂവോയ്

പുലരേപ്പൂവന്റ് കൂവൊന്നുകേട്ടേ
പൂവോയ്-പൂവോയ്-പൂവോയ്
ചാലേ പെണ്ണാളെ മൈലപ്പെണ്ണാളേ
കരിയാറ്റീന്ന് കരേറോ...
(പൂവോയ്...)

എഴമാങ്കായലീച്ചാടിമറഞ്ചേ
മീങ്കണ്ണി കൊച്ചുനീലി
പൊന്നാരിക്കണ പൊന്നാര്യക്കുടി-
മേലേ ചൂര്യന്തിച്ചേ
(പൂവോയ്...)

മുണ്ടാറ്റിങ്കരി പെറ്റുവളത്തിയ
കന്നിപ്പെണ്ണ് കറമ്പി
മാളോരെ മറിമായംകൊണ്ട്
കൊതിപ്പിച്ചോടിമറഞ്ചേ
(പൂവോയ്...)

കൊച്ചുനീലി

തെയ്യക താരോ-തക തക-തെയ്യകതാരോ
തെയ്യകതാരോ-തക തക-തെയ്യകതാരോ

പുഞ്ചവയല് കൊയ്യെട്ടുത്തേ...
ചെമ്പല്ലിമീമ്പിടിച്ചെട്ടുത്തേ...
ചൊറുവച്ചേ കറിയുംവച്ചേ
കണവനയേങ്കാത്തിരുന്നേ...
(തെയ്യക...)

കട്ടകത്തി മടപിടിച്ച
കയ്യ് കണ്ട് ക്ലാവില്
മെയ്യൊലച്ച് പയ്യവേ
പിടിച്ച കാര്യമോർത്തേ
(തെയ്യക...)

കാത്തിരുന്ന് കാത്തിരുന്ന് കർക്കടംകുടിച്ചുപോയ്...
കുരേടതിണ്ണയിലേൻ
ചങ്കലച്ച് വീണേ...
(തെയ്യക...)

ചെറ്റപൊക്കുവാനടുത്ത
ചന്തിരന്റമ്മോന്തനേ
കതിര്കൊയ്ത്ത് മൂർച്ചവച്ച
അരുവയൊണ്ട് പോടാ...
(തെയ്ത്തക...)

കരിനെലത്ത് നെലയൊറച്ച
കരിയൊടൊത്ത വീരൻ
മാലയിട്ട പെണ്ണൊരുത്തി
കൊച്ചുനീലിയാണേൻ...
(തെയ്ത്തക...)

ഏമാന്നേ ഏമാന്നേ (മരപ്പാട്ട്)

ഏമാന്നേ... ഏമാന്നേ...
ഏന്നട്ട മരത്തേന്ന്- ഏങ്കാപറിച്ചെങ്കി
കുറ്റാവ്വോ... കടത്ത്ത കുറ്റാവ്വോ...

ഏമാന്നേ... ഏമാന്നേ...
ഏങ്കടവഴീല്-മരത്തിന്റ ചൊവട്ടില്... തടീട മറേല്-
വെള്ളംപാർന്നാ കുറ്റാവ്വോ...
കടത്ത്ത കുറ്റാവ്വോ

ഏമാന്നേ... ഏമാന്നേ...
നീങ്കട തൊടീല്-വളരണ മാവിന്റ
അണിയത്തക്കൊളത്തില്-ത്തുടിക്കണെ
പരലിന്റ ചെകളപ്പൂവിരിയണ-
ചെത്തത്തിലൊണരണ ത്തുമ്പേന നനച്ചാ
കുറ്റാവ്വോ-കടത്ത്ത കുറ്റാവ്വോ...

ഏമാന്നേ... ഏമാന്നേ...
മൈനപറക്കണെ-മുടീട ചരുവില കുടീട
തിരിവില്-എരിയണതീയില് കായണ മേലിന്-
തണ്യന വിരിക്കണെ തണലിന ത്തിച്ചങ്കി-
കിളിയത് പറഞ്ഞങ്കി
കാകൊണ്ടയെറിഞ്ഞങ്കി-കുരുപൊട്ടി

മൊളച്ചങ്കി ചോത്യമായ് വളന്നങ്കി-കുറ്റാവ്വോ-
കട്ത്ത കുറ്റാവ്വോ.

ഏമാന്നേ... ഏമാന്നേ...
മാരിയകാക്കണ-വിത്തിന് നോവണ്
നോവിനക്കാണട-കണ്ണട വക്കട-
കാക്കവാനാരട-കണ്ണില്ലാത്തെയ്വമൊ-
ആരടകിങ്കരനാണടനീ മര-മേറ്റിയ ചൂടിന്റ-
പാതികുടിക്കട-കുവട-തെറിവിളിനിർത്തട-തായ്ടെ-
മൊകമൊന്ന് നെനക്കട കോനേനീ-
കൊല-
നായിട കൊരയൊന്ന് നിർത്തിപ്പോ-കുടി
നെറയണ നെലവിളി-കേട്ടേപോ-
ഏമാ-നേമാ-നേമാനേ തൊന്തരവാകണതെന്തിനടോ

ഏമാന്നേ... ഏമാന്നേ
നീങ്കള് വീത്ത്യാ-വെട്ടിയരിഞ്ചാ-
ഏങ്കട മരംചത്ത്-തൊലയൂല്ല-
തണ്ത്ത ചൂരിയത്തെയ്വാണേ
-ഈ പൂമീ- പച്ചലമരത്തെയ്വ്വം
നൊന്തേ നൊന്ത്പയുത്താലും
ചത്തിയം നിത്തിയമീമണ്ണീ-
ചോട് മുയുക്കനെ വെട്ട്യാലും-തീ-
വെച്ചുവറങ്ങിയെരിച്ചാലും
പച്ചമരത്തിന് മൊളപൊട്ടി എല-
വച്ച്പതുക്കന-വേരോട്ടം
വേനയ്ക്കുംത്തീച്ചൂടാറ്റം-തടീടചോടേ-വാവാവാ-
പി-ള്ളാരേം പാര്യേം കൂട്ടിക്കോ-
തൊ-പ്പീടേ കേട്ടുംമാറ്റിക്കോ
പച്ചലകൊണ്ടൊരു തൊപ്പീടാം-
നാ-ണോണ്ടേ പച്ചമറയ്ക്കാല്ലോ...

മാത്താങ്കരി

I

ഏന്പുള്ളേ മൂടാനും നീയേ പൂമീ
വലിയോനെ താങ്ങാനും നീയേ പൂമി
തെങ്ങോലക്കീറ് വിരിച്ചതയ്യാ
ചാവൊന്നു മൂടുവാനാണേ അയ്യാ...

പേറ്റുനോവാറ്റിയ കീറ്റല്ലുമായ്
കൊഞ്ചിനടന്നൊരു കൊച്ചവനെ
പൂക്കൈത മറപറ്റ്യ നേരത്തയ്യോ
കട്ടോണ്ടു പോയൊരു തമ്പിരാനേ
കാലക്കേടെങ്ങക്കേകിണതെന്തിനയ്യോ...
കാലക്കേടെങ്ങക്കേകിണതെന്തിനയ്യോ....

II

ഇടിമഴയിലടിപതറിയോടില്ല കുവേ
ഓടോട് കാലാ കർക്കിടകമുണ്ടാ
ചോടെ ചുടുചോര വീണെങ്കിയെന്താ
ചേമ്പിഞ്ചെനപോലെ മണ്ണോട്ചേരും

ചുടുചോര ചോടിമ്മേ ചേരുന്ന ചേമ്പേ
ചെന്തെങ്ങിലങ്ങിങ്ങ് നാളെ പെലന്നോ
നനമണ്ണ് ചെളിമണ്ണ് കുട്ടിച്ചവിട്ടി
ഒടയാത്ത പകലോന്റെ മടയൊന്നു കെട്ടി

III

ചിരുകാളീ ചിരുതേയീ
ഇനിയിച്ചിരി ചിന്തിച്ചോ...
നെറകണ്ടം മുഴനീളേ
നലകാലം പെലരുന്നേ...

അടിപണിയാൻ അടിമകളോ
അടിമുടിയീ ചെമ്മങ്ങൾ
അരുതരുതേ തമ്പ്രാനേ
ഇനിയേങ്ങള് പോരില്ലേ...

വ്രാലോട്ടം വെള്ളമ്പോലെ
ഏനിന്നും ചൊപ്പനം കണ്ടേ
പുഞ്ചപ്പാടത്തുമ്മേലേ
ഒരു ചൊറ്കം പെലരുന്നേ...

IV

കണ്ടോ നീ കണ്ട് നിന്നോ കളി-
കണ്ടോനെമ്പുരാനേ
മാത്താങ്കരി പാട്ടും കത-
കൊണ്ടോ നിങ്കരൾ തൊട്ടോ

ചേറ്റിൽ കരിനീറ്റിൽ കൊതി-
കൊണ്ടോടണ മീനേ
നീരാമ്പല് ചുറ്റീ ചുട്ട -
ചൂടാം ചുഴിതൊട്ടോ

ചൂടേറണ ചോപ്പിൽ കളി-
വള്ളംതുഴഞ്ഞെത്ത്യേ
പൂലോകവുമീമണ്ണില
പൈതങ്ങള ചുറ്റ്യേ

ചിത്തിരത്തമ്പ്രാൻ

ചിത്തിരത്തമ്പ്രാനേ ചിത്തിരത്തമ്പ്രാനേ
ഇത്തിരി മുന്നം പുത്തി തോന്ന്യേങ്കി
വൈക്കത്തെ വാതിക്കെ നിക്ക്ന്ന താളിനും
തകരക്കും പണ്ടേ ഓണം എത്ത്യേനേ...

മുണ്ടകൻകൊയ്ത്തേ ചോതി...
കറ്റചൊമന്തേ ചോതി...
വെട്ടിവെയർത്ത് കളത്തിലെത്ത്യേ...
പാളകുത്ത്യേ ചെറുകുമ്പിളാക്ക്യേ
കഞ്ചി കോരിക്കുടിക്കാനേ കുത്തീര്ന്നേ...

വൈക്കത്തെ വാതിക്കെ
മേലാളമ്മാരെക്കെ
പുത്തരിവച്ച് വണങ്കിനിന്നേ...
ഇണ്ടിണ്ടംതാളത്തി കറ്റക്കതിർക്കൊല
എല്ലാമനക്കല്യം തൂങ്ങിനിന്നേ...

മാറ്റപ്പറമ്പ്

ഇത്തോണത്തെ മാറ്റത്തിന്ന്
കുട്ടേംവട്ടീം മാറ്റുമ്പോലെ
പങ്കിപ്പെണ്ണേ നിന്നെമാറ്റി
പോത്തുമേടിക്കും
പോത്താണെങ്കി ഇക്കണക്ക്
തിന്നുംകൊണ്ട്കെട്ടിയോനെ
ചീത്തേംപറഞ്ഞെലോക്കത്ത്
ചെന്നിരിക്കുല്ലാ...

മുതുക്കന്റെ പൂതികൊള്ളാം,
പതുക്കനെ പറയണം
ആരാനും കേട്ടെങ്കിക്കൊത്തി-
ക്കൊച്ചീക്കൊണ്ടോവും
കുഴീലോട്ട് കാലുംനീട്ടി-
യിരുന്നയീ കെളവന്
കെട്ടാന്തലകുനിച്ചതാ ഇപ്പം കുറ്റായേ...

പങ്കിപ്പെണ്ണേ പെണങ്ങണ്ട കൊറവൊണ്ടേപ്പറയണം
പാടത്തോട്ടും വഴീലോട്ടും വിട്ടോയിന്നോളം
കുടിയില് തീനുംകുടീം മുറുക്കലും കൊച്ച് കൊച്ച്
വർത്താനോമായ് ഇരിപ്പല്ലേ രാശകുമാരീ...

പുത്തീംപോതോം തരിമ്പൊണ്ടേ
ഇഞ്ഞിമൊതൽ കുടിച്ചിട്ടീ

കുടിയ്ടെ കൊച്ച്തിണ്ണേ കാല് കുത്തല്ലേ
ഇരുട്ട്മ്പം ഇവ്ടെക്കെ വരത്ത്പോക്കൊണ്ടുപോലും
ചിഞ്ചില്ലും കില്ങ്ങണത് ഏന്നംകേട്ടേ...

പങ്കിക്കുട്ടീ പിടികിട്ടി, പകവാനംപകവതീം
വരമ്പത്ത് നടക്കണെ വെളിച്ചംകണ്ടാ
പ്രാന്ത് വരും പ്രാന്ത്പിടി-
ച്ചോറക്കത്തിച്ചിരിവരും
ഉച്ചക്കുച്ചീ വെയിലേറ്റ് ചുറ്റിത്തിരിയും

പങ്കിക്കുട്ടീ മിട്ക്കത്തീ വഴക്കൊന്നുമിനിയില്ലാ
കുടിയില്ല അന്തിക്കള്ള് കമത്തണില്ലാ
ഇത്തോണത്തെ മാറ്റത്തിന്ന്
കൂട്ടിക്കൊണ്ടുപോയി കൊച്ച
തോർത്തുമുണ്ടും കല്ല്മാലേം വാങ്ങണൊണ്ടേ...

എന്നാണേലും നോക്കിക്കോണേ,
ചൂട്ട്കറ്റേം മിന്നിച്ചോണ്ട്
തമ്പിരാനീവഴിവന്നാ കര്തിക്കോണേ...
തള്ളേംപുള്ളേം തനിച്ചൊള്ള കുടിനോക്കി, തേവരടെ
വരത്ത്പോക്കൊള്ളടിക്കീ കാവല് വേണേ...

തെങ്ങുംപാട്ട്

വടയാറ്റുംവക്കത്തെ തെങ്ങീ തളപ്പിട്ട്
കേറിയെട്ടൊമ്പത് തേങ്ങയിട്ടേ
വല്ലകത്തെ വല്യ കൊപ്രാക്കളത്തില്
കൊണ്ടക്കൊടുത്ത് പൊതിച്ചെട്ത്തേ

ചക്കങ്കേലാട്ടിച്ച പച്ചവെളിച്ചെണ്ണ
തേച്ച്പാഞ്ഞെത്തിയാ ചാല്യമ്മാട്ടേ
ചാടിക്കളിക്കണേംമുമ്പെ, യെട്ടൊമ്പത്
തൊണ്ടെടുത്തേയെടത്തോട്ടിലിട്ടേ

തെങ്ങോലയഞ്ചാറും വെള്ളത്തിലിട്ടതു
ചീഞ്ഞാ മെനക്ക് മെടഞ്ഞെടുക്കാം
മുങ്ങിക്കളിക്കമ്പോ മുങ്ങാംകുഴിയിട്ട്
ചെന്നതോ കൈതേട മൂട്ടിലാണേ
വേരീപ്പിടിച്ച്കെടക്കണെ ചെമ്മീനും
പള്ളത്തിമൂന്നാലും കൈയ്യിലായേ
തോർത്തുമുടുത്തു പെരയില് ചെല്ലമ്പ
കേക്കടാ പിള്ളാരേ എന്റെ കാര്യം

ഉച്ചക്ക് ഞാനിട്ട ഓലേംമടലും ദേ,
താനേ മെടഞ്ഞ്പെരകെട്ടണ്
തൊണ്ടെല്ലാം തമ്മില് തല്ലിപ്പിരിയണ്
ചകിരിപിരിഞ്ഞ്കയറാവണ്...

ഒതളംപറമ്പിലെ കടവ്

ഒതളംപറമ്പിലെ കടവത്തൊരോളത്തിൽ
പോയിമറഞ്ഞോളേ...
മാങ്ങയല്ല പച്ചപ്പഴവുമല്ല
ഒതളങ്ങാ തന്നു ചതിച്ചതാര്
പെണ്ണേ, കൊതിയോടെ ഒതളങ്ങ തിന്നോളേ...

ഒതളങ്ങ വെള്ളത്തിൽ വീണുകിടക്കണ
പോലെ ചിലരുണ്ടേ...
ചിരിയെടുത്ത് വെട്ടി ആളെവീഴ്ത്തും
ജീവിതംതന്നെ വിലക്കെടുക്കും
പിന്നെ, കണ്ണീരും കയ്പ്പും കലർന്നിരിക്കും...

കായലിൻവക്കത്ത്, തോട്ടിറമ്പിൽ ചുമ്മാ കായ്ച്ചുനിക്കുന്നോനെ
അറിഞ്ഞിട്ടും കെട്ടിപ്പിടിച്ചതെന്തേ
ഒതളം തനിനാടൻ വിഷമരമാ...
പെണ്ണേ, ഒതളപ്പരിപ്പാളെക്കൊല്ലിയല്ലേ...

കണ്ണാരംപൊത്തുമ്പൊ
കുഞ്ഞുങ്ങൾ കണ്ടിട്ടും എന്തിന്നു നീ കഴിച്ചു...
അവരിന്നും കണ്ണീർകുടിക്കയല്ലേ,
കായലിന്നോരത്തു നിക്കയല്ലേ,
നിന്നെ, കാത്തുവിശന്നുകരയുവല്ലേ...
[തെയ്യക തെയ്യക തെയ്യക തെയ്യക തെയ്യക തെയ്യാരോ... തെയ്യക തെയ്യക തെയ്യക തെയ്യക തെയ്യക തെയ്യാരോ തെയ്യക തെയ്യാരോ...]

തത്തത്തഴക്കത്തി

തത്തത്തഴക്കത്തിപോലൊരമ്മ
പാകൊണ്ടു പച്ചരിവാങ്ങുമമ്മ
ചെല്ലത്തഴചെത്തി പോന്തീയമ്മ
വട്ടംമെടിഞ്ഞതുണക്കീയമ്മ

തണപ്പത്തുവച്ചതു കീറീയമ്മ
ചീകിമിനുക്കിനിവർത്തിയമ്മ
നല്ല തഴപ്പൊളിയാക്കിയമ്മ
പൊളികൊണ്ടു പാനെയ്തുകൂട്ടീയമ്മ

നിറമൊള്ള പായചുരുട്ടീയമ്മ
തലയിലതേറ്റിനടന്നുവമ്മ
ഉല്ലലച്ചന്തയിലെത്തീയമ്മ
ഉള്ളവെലയില് വിറ്റു അമ്മ

ഉപ്പുതൊട്ടെല്ലാമേ വാങ്ങിയമ്മ
ഉള്ളതുകൊണ്ടു കഴിയുമമ്മ
ഉത്രാടപ്പാച്ചില് പാഞ്ഞുവമ്മ
ഓണവുംകൊണ്ടുവരുന്നൊരമ്മ

കരിപ്പാട്ട്

തെക്കന്നം കാറ്റ് വന്നേ കടന്തേരിയെ ചുറ്റിവന്നേ
മുണ്ടക്കെ വീട്ടിലെ ഉണ്ണീലിപ്പെണ്ണാളെ-
ത്തേടിപ്പറന്ന് വന്നേ...
വെക്കം വടമതിര മൊത്തം
വെട്ടം പരക്കണൊണ്ടേ
കടത്തുരുത്തുമ്മേ പണ്ടത്തെപ്പാട്ടിന്റെ തെരയടിക്കണൊണ്ടേ...

ആപ്പുഴെക്കുടി അയ്യാ വെള്ളമെന്തോരമോടിപ്പോയീ
ആപ്പാഞ്ചെറേന്ന് കേവഞ്ചിതൊഴഞ്ഞപ്പം മാന്നാറിലെത്തിമൈന
കാറ്റിനോടോതി മൈന;
കീഴ്പൂമീലെറങ്ങിവായോ
മേലാകായത്തുന്ന് താഴോട്ട് പോരുമ്മ
പാടങ്ങള്പൂത്ത കാണാം...
ചെമ്മേ മലപ്പൊറത്തെ മര-
മണ്ടക്ക് കേറിനോക്ക്യാ
ആര്യക്കടിയ്ടെ, ആശാങ്കുടിയ്ടെ
ആട്യപ്പെരുമ കാണാം

കറ്റരുത്തിംവരമ്പീ എളവേക്കുന്ന കൂാത്തിമാരേ
ചാലിത്തറേലും തുരുത്തേലും നാളത്തെ കൊയ്ത്തിനു പോയിടണ്ടേ...
വെന്തകരീല് വെള്ളം കേറി പരുവക്കേടായകൊണ്ടാ
വള്ളിക്കരീലെ പൂമാടത്തില്ലരിയില്ല
തരികൊണ്ടെ ചെന്നിടേണം
കരിയാറ്റിലൊന്നുമുങ്ങി കാറ്റും
മൈനപ്പെണ്ണും നടന്നേ

എരുമത്തുരുത്തേന്ന് കേട്ടൊരു കൂവല് കൂട്ടുപിടിച്ചലഞ്ഞേ...
ആമ്പലപ്പൂപറിക്കാൻ നല്ല മാത്താങ്കരിയിലെത്തീ
നുറ്റിപ്പത്തുംകടന്നങ്ങോട്ടുമിങ്ങോട്ടും പച്ചപ്പുംകണ്ടലഞ്ഞേ...

ഏഴുമാൻ തുള്ളിയോട്ടും എടനാടൻ കുടിയിരിക്കും
എഴുമാന്തുരുത്തിലെ കുന്നമ്മേക്കേറീട്ട്
നല്ലോണം നോക്കിയെല്ലാം...

തോട്ടകം കപ്പ തിന്നാൻ മുമ്പെ
മുണ്ടാറ്റീക്കൂടെ വായോ...
വാക്കേത്തെറക്കുപോയ് ചുറ്റിത്തിരിഞ്ഞിട്ട്
വായോ തിരിച്ച് വായോ
പോകാം പുലിത്തുരുത്തേ
നടകൊള്ളാം നടുക്കരീല്
തേവലക്കാട്ടിലെ കൊച്ചോലപ്പെണ്ണിന്റെ
കയ്യീന്ന് വെറ്റവാങ്ങാം...

തമ്പ്രാനെഴുന്നള്ളുമ്പോ
കരിങ്കോരൻ മറഞ്ഞിരിക്കും
മനക്കക്കരിക്ക് നടുക്ക് നട്ടുവും
നിവർത്തി നിന്നിടണ്ടേ...
കോലത്താർ കൊല്ലങ്കരീ
കൊച്ചു കോരിക്കൽ പാടങ്ങളേ...
നിങ്ങടെ നെഞ്ചീ വെളഞ്ഞ വെയർപ്പിന്റെ
പൊൻകതിർവാടുകില്ലാ...

വെട്ടം തെളങ്ങി നിക്കും നല്ല
പച്ച വയലുകളെ
വട്ടത്തീച്ചുറ്റി വരണ വരവിന് പൊന്നണിപ്പാറകണ്ടേ
പൊന്നിരിക്കുംപാറ നട്ട
ഉച്ച വെയില്കൊണ്ടേ...
കീഴേ കരിനെലമൊണ്ടേ കതിര്കൾ
കായ്ച്ചൊന്ന് ചായണൊണ്ടേ...
ഓടിപ്പോകുംമുന്നേ വെള്ളസായിപ്പ്മേടിച്ചിട്ടീ-
സ്സായിപ്പിൻപൊൻകരി, അങ്ങനീ പൂമീല്
എത്തര പൂമിയോണ്ടേ.....

ഏഴഴകിൻ മാനോടുന്ന

ഏഴഴകിൻമാനോടുന്ന എഴുമാന്തുരുത്തിൻമണ്ണിൽ
വിളഞ്ഞൊരു ചരിതത്തിൻ കതിരും കൊത്തി
എടനാടൻ കഥചൊല്ലും പതിരില്ലാപഴമൊഴി-
പ്പാട്ടുംപാടി പനംകിളി പറന്നുവന്നേ...

(ഓ തിത്തിത്താരാ...തിത്തിതെയ്യ്...
തിത്തെയ്യ് തക... തെയ്യ്തെയ്യ്തോം)

കരിയാറ്റിൻ കരയിലെ കരുത്തന്മാർ തുഴഞ്ഞീടും
ഒരുമതൻ ഓടമേറാനോണവും വന്നേ...
ഇടഞ്ഞൊരു കൊമ്പനാനപ്പുറമേറാൻ മടിയാത്ത,
ചെറുപ്പത്തിൻ മിടുക്കന്മാർ കുതിക്കുന്നുണ്ടേ...
(ഓ തിത്തി...)

ചേറ്റുമണം തുടിക്കുന്ന തനിമയും തരുണരും
ഊറ്റമോടെ നീറ്റിൽ വള്ളംകളിക്കുന്നോരാണേ...
ചോറ്റുപാത്രം തൂക്കി, വേഗം വേർപ്പുംതുടച്ചണയുന്ന
മാറ്റുതെല്ലും മങ്ങിടാത്ത കതിരവനും...
(ഓ...)

ആർപ്പുവിളിച്ചാവേശത്തിൻ
അലമാലക്കൈകൾ വീശി
ആമോദത്താൽ വിളിക്കുന്ന എഴുമാംകായൽ
പടിഞ്ഞാട്ടു തുഴഞ്ഞുവാ...

പെരുമകൾ പറഞ്ഞുവാ...
നല്ലനാടിൻ നന്മ കടൽ അറിഞ്ഞിടട്ടേ...
(ഓ...)

തെക്ക് തെക്ക് കുന്നമ്മേലെ ചേക്കയേറാനൊരുങ്ങുന്ന
കാറ്റുപോലും കാഴ്ചകാണാനിറങ്ങിടുന്നേ...
നാട്ടുപച്ച മാഞ്ഞീടാത്ത,
കൂട്ടുചേരൽനിലയ്ക്കാത്ത
എഴുമാന്തുരുത്തിൻ മതം മനുഷ്യനാണേ...
(ഓ...)

മാത്താംകരി വളർത്തിയ വയൽപ്പൂവ്,കിഴക്ക്ന്ന്
വരുന്നുണ്ടേ കരിമിഴി എഴുതിക്കൊണ്ടേ...
ചിങ്ങവെയിൽച്ചേലചുറ്റി തരിവള കിലുക്കുമാ
അരുമതൻ ചിരിയിലീ ഗ്രാമമുണ്ടേ...
(ഓ...)

ഓണമെന്നാലൊരുപിടി
ഓർമ്മ മാത്രമല്ല,ഒത്തു-
ചേർന്നിടും മനസ്സുകൾതൻ പുണ്യമാണല്ലോ...
ഉത്രാടത്തിന്നുയലാടി,
വഞ്ചിതുഴഞ്ഞിമ്പമോടെ
എഴുമാന്തുരുത്തിൻ തിരുമുറ്റത്താടാൻവാ...
(ഓ...)

ആ കൈകൊട്ടിക്കളിയാടാൻവാ...
മാളോരെ മാളോരേ...

ആയാംകുടിക്കരയിൽ

ആകായക്കൊമ്പത്തുന്ന് ആയത്തില്ലയലാടി
അമ്പിളിപെങ്കിടാത്തി വന്നെറങ്ങീ
ആയാംകുടിക്കരയിലാമ്പലക്കുളത്തിന്റെ
ആദ്യത്തെ പടവില് ചെന്നിരുന്നൂ...

തകത തകത തിമി താരാ
തകത തകത തിമി താരാ
തകത തകതത്തിമി തെയ്യാരാ...

ആഞ്ഞിലിമരത്തീന്ന് ആശിച്ചരൂപംകൊത്തും
അങ്ങേലെ ചെറുക്കനോ കണ്ടുവന്നൂ...
അപ്പൂപ്പൻതാടിവച്ച് ആളങ്ങുമാറീട്ടവൻ
അപ്പെണ്ണിന്നടുത്തുപോയ് തൊട്ടിരുന്നൂ...
(തക...)

അ നല്ലവെള്ളിപ്പെണ്ണ- പ്പയ്യന്റെ മടിയില്
അപ്പൂപ്പാ എന്നുംചൊല്ലി കേറീരുന്നൂ...
അപ്പൂപ്പൻതാടിമീശ കാറ്റത്ത് പാറിപ്പോയി
അമ്പിളിക്കന്നി മേലോട്ടുയർന്നുംപോയീ...
(തകത...)

അക്കൊല്ലം പടിഞ്ഞാറ്
കൊയ്ത്തിന്നുപോകുന്നോരാം
ആണാളും പെണ്ണാളുമക്കഥചൊല്ലീ
ആടിത്തിരിഞ്ഞേ പാട-
ത്തോടിപ്പണിതേ തക
അമ്പിളിക്കൊയ്ത്തരിവാൾ രാകീരാക്യേ.....
(തകത...)

കാലാപെറുക്കാനാ കാട്ടാമ്പാക്കി

കാലാപെറുക്കാനാ കാട്ടാമ്പാക്കീ
ചെന്നപ്പം ചുണ്ണാമ്പ് തീർന്നുപോയേ
വെറ്റേംപാക്കും പൊതിയിലൊണ്ടേ
കാലീംവടക്കനും കൂടെയൊണ്ടേ

നാലാള് കുടുമ്പം നാലുകുട്ടി-
യൊന്ന് ചവക്കാഞ്ചുണ്ണാമ്പ് വേണം
കൈയ്യാലേ കൈകുത്തിച്ചാടിയോടി
തോട്ടം കടന്നപ്പം തൊണ്ടിലെത്തി

അപ്പൊറം കാണണ വീട്ടിലെങ്ങാൻ
ചോയിച്ചാ ചുണ്ണാമ്പ് കിട്ടിയാലോ
വേലിക്കെനിന്നും ചോയിച്ചപാടേ
മോന്തയടച്ചയ്യോ ആട്ട്കിട്ട്യേ...

കപ്പപറിച്ച തടത്തി മാന്തി,
കാലാപെറുക്കും കരിങ്കറപ്പൻ
കൊച്ചചെറുമനീ തൈരിയമോ
വീട്ട്പടിക്കല് വന്ന്തെണ്ടാൻ...

കുമ്പിട്ട് പോരുമ്പ കണ്ണ് രണ്ടും
നീറിപ്പൊകഞ്ഞ്ചൊമക്കണൊണ്ടേ
വെള്ളച്ച ചുണ്ണാമ്പും വെറ്റപാക്കും
കൂട്ടിച്ചവച്ച് ചൊമക്കുന്നണ്ണം...

പുഞ്ചപ്പാട്ട്

നെഞ്ചിന്റൊപ്പം പുഞ്ചകവിഞ്ചേ... ഇപ്പ-
ഏന്നം പോത്തും ഒപ്പത്തിലായേ
കലപ്പേടേം നൊകത്തിന്റേം മേളില്
വെള്ളംതുള്ളി തകതിമി തെയ്യ്ത്താരാ...
തകതിന്തിമി തിമിതാരാ...

തണ്ടപ്പടിയടിക്കണൊണ്ടേ... പണി-
ത്താളോംമേളോം വേകമെട്ത്തേ
പോത്തിന പൂട്ടുമ്പ പഴക്കണ് നെലമാകെ
തകതിമി തെയ്യ്ത്താരാ... തക തിന്തിമി തിമിതാരാ

നെലം ചിരിചിരിക്കണൊണ്ടേ... അയ്യ-
ഉപ്പുംപുളീം എളകണൊണ്ടേ
മാരിമഴനനഞ്ചപ്പം പുഞ്ചപ്പാടം മിനുങ്ങണ്
തകതിമി തെയ്യ്ത്താരാ... തക തിന്തിമി തിമിതാരാ...

പുതുക്കണം പൊറംവരമ്പ്... ചെളി-
ചൗട്ടിക്കുട്ടി കട്ടകുത്തണം
വള്ളത്തില് എടുത്തിട്ട് തൊഴഞ്ഞങ്ങ് പോകണം
തകതിമി തെയ്യ്ത്താരാ...
തക തിന്തിമി തിമിതാരാ

കണ്ടോൻപറമ്പിലെ കുവ

കണ്ടോൻപറമ്പിലെ കുവ
ആർത്തുപിടിക്കുന്ന കുവ
പച്ചയെലവച്ച കുവ
മഞ്ഞച്ച് വാടുന്ന കുവ
മഞ്ഞളുമിഞ്ചിയുമല്ല
മത്ത് കടയണ കുവ

കുത്തിയെടുക്കണം കുവ
കഴുകിയെടുക്കണം കുവ
ചെത്തിയൊരക്കണം കുവ
കലത്തില് വെക്കണം കുവ
ഊറ്റിയെടുക്കണം കുവ
വെയിലത്തൊണക്കണംകുവ
പൊടിയായി മാറണം കുവ

ചന്തയിലെത്തണം കുവ
ചിന്തയിൽ നിക്കണം കുവ
പട്ടിണി മാറ്റുമക്കുവ
പട്ടരും വാങ്ങുമക്കുവ
പാവത്തിപ്പാവമാം കുവ
പലതിലും മുന്നിലാം കുവ

കണ്ടോൻപറമ്പിലെകുവ
ആരുംവളർത്താത്തകുവ
ആരുംനനക്കാത്ത കുവ
ആരുമേ പാകാത്ത കുവ

തോറാനപ്പാട്ട്

തോരാ... മഴവരുന്നേ
ആറാന...ഒഴുകിവരുന്നേ
ആറ്റീ... വെള്ളം പെരുക്കണ്
ചെമ്പീ... പള്ളിപ്പെരുന്നാള്
ചേലീ... തോറാനപ്പെരുന്നാള്

ചെമ്പങ്ങാടീലാറ്കണക്കെ
ആളുംകോളും കൂടണ് കൂടണ് (2)
തമ്മീക്കണ്ടാ മിണ്ടാന്നിന്നാ
കൂട്ടംതെറ്റിപ്പിരിയുംകെട്ടാ... (2)
(തോരാ...)

തട്ടീംമുട്ടീം വീട്ടിലിരിക്കും
ചട്ടീങ്കലവും ചെമ്പങ്ങാടീ- (2)
വന്നപുതുക്കംവെച്ച് മടങ്ങണ്
കൈയ്യുംകോർത്ത് ചിരിച്ചുമിനുങ്ങണ് (2)
(തോരാ...)

കൊച്ചുപശു

കൊച്ച് വളർത്തിയ കൊച്ചുപശു കൊച്ച്-
കുടവെച്ചൂരിലെ കൊച്ചുപശു

കൊഞ്ചി വളർത്തിയ കൊച്ചുപശു പണ്ട്-
കടൽവച്ച ഊരിലെ കൊച്ചുപശു

വെച്ച് വളർത്തിയ കൊച്ചുപശു അത്-
വെച്ചൂരുള്ളൊരു കൊച്ചുപശു

കൊതിച്ച് വളർത്തിയ കൊച്ചുപശു കൊച്ച്-
കൊച്ചിനെപ്പോലുള്ള കൊച്ചുപശു

കൊച്ചേ... കൊച്ചിന്റെ പശു എവിടെപ്പോയി
അച്ചോ അച്ചോടാ പശുവെങ്ങ്പോയീ...

മെതിച്ചിട്ട്കയറുമ്പം അഴിച്ചുകെട്ടാൻ
അയലത്തു ചെല്ലമ്പക്കണ്ടില്ല...
അവിടെയുമിവിടെയും നോക്കീട്ടും
ഒരുകൊച്ച് കരച്ചിലും കേട്ടില്ല...

കൊച്ച് വളർത്തിയ കൊച്ചുപശു അത്-
മെച്ചമറിഞ്ഞവൻ കൊണ്ടോയി
വെച്ചൂരുള്ളൊരു കൊച്ചുപശു ഇപ്പം-
എങ്ങാണ്ടുള്ളൊരു പശുവായീ

ആറ്റുവേലപ്പാട്ട്

കൊച്ചിപിടിച്ചടക്കുവാനിച്ഛവച്ച പറങ്കികൾ
മുന്നിൽ വന്ന കപ്പൽകണ്ടിട്ടമ്പരന്നല്ലോ
ഇതുംവണ്ണം പടക്കപ്പലിവിടുണ്ടോ,കേമംതന്നെ,
പടക്കോപ്പും പരിവാരോമകത്തുണ്ടാമോ...

പറങ്കിപ്പടത്തലവൻ കോപ്പുംകൂട്ടി വളഞ്ഞിട്ടു-
പിടിച്ചതു കപ്പലല്ല,കടുപ്പംതന്നെ...
കൊടുങ്ങല്ലൂരമ്മയ്ക്കായി
ആശ്രിതനാം വടക്കുംകൂർ
അരചനയച്ച ജലരഥമതല്ലോ...

നേരത്തോടുനേരമായി,
കൊടുങ്ങല്ലൂർദ്ദേശത്തെങ്ങും
'വഞ്ചിക്കോവില`ടുത്തില്ലെന്നറിവു വന്നൂ...
അരചനോ മനംനൊന്ത്
ആളയച്ചു തിരക്കുന്നു.,
പറങ്കിതൻ പിടിയിലെന്നുണർത്തിക്കുന്നു...

മറുനാട്ടുപരിഷകൾ നെറികേടിന്നുടമകൾ
മലനാട്ടില്ലടിമയെ തേടുന്ന കൂട്ടം
അവരൊടിന്നെതിരിടാൻ ആവതുള്ളൊരാളുണ്ടെന്നു-
കേട്ടു ചെമ്മനത്തുകരെ കാര്യക്കാരെത്തി

പറേക്കാട്ടുപണിക്കരെ കണ്ടു,
കാര്യംബോധിച്ചപ്പോൾ
മന്ത്രംകൊണ്ടു തുരത്തിയപ്പറങ്കികളെ...
പടക്കപ്പലെന്നുറച്ച
-തടഞ്ഞിട്ടുമുലയാതെ
ആറ്റില്ലൂടെയാറ്റുവേല ഒഴുകിടുന്നേ...

ഇളങ്കാവിന്നാറ്റുവേല,വടയാറ്റിന്നാറ്റുവേല
ഇരുകര കവിയുന്ന കാഴ്ചവേല
പഴമതൻ ഞാറ്റുവേലപ്പാട്ടുചൊല്ലുമാറ്റുവേല
വേലകാണാൻ ഞാനുംപോരാമിന്നെന്റെ കാന്താ...

തത്തിത്തത്തി

തിത്തിത്താരാ തിത്തിത്താരാ
തിത്തിത്താരാ തിത്തിതെയ്യ് (2)
തത്തിത്തത്തിച്ചാടിച്ചുണ്ടേം-
പൊട്ടിച്ചില്ലേ പോണണ്ടേ
ഗൗളിത്തെങ്ങീപ്പൊങ്ങിക്കേറാൻ വെമ്പിത്തുള്ളിപ്പോണണ്ടേ

തിത്തിത്താരാ തിത്തിത്താരാ
തിത്തിത്താരാ തിത്തിതെയ്യ് (2)
ക്ലനച്ചെമ്മീമ്പോലെ ചാടിച്ച-
ട്ടീക്കേറാൻ നിക്കില്ലേ...
ചാണാപ്പച്ചനെറംവച്ച പിടികിട്ടാപ്പുള്ള്യാണേ...

തിത്തിത്താരാ തിത്തിത്താരാ
തിത്തിത്താരാ തിത്തിതെയ്യ് (2)
പുല്ലംവഴി തെന്നിപ്പോണാ-
പ്പുള്ളി പുള്ളിമാനല്ലാ...
വിടരണമുള്ളുംവച്ച പായണ മീനാണേ...

തിത്തിത്താരാ തിത്തിത്താരാ
തിത്തിത്താരാ തിത്തിതെയ്യ് (2)
കൈതക്കോര കൈതമുള്ളൻ കല്ലടമുട്ടി കൂപ്പ
ആണ്ടെ ആണ്ടെ ആണ്ടെ പോണ്ത അണ്ടികള്ളിക്കല്ലത്തി...

തന്തോയപ്പാട്ട്

അന്തീല് അന്തീന മോന്തണ
തന്തോയം തന്തോയമാ (2)
കണ്ടത്തീ വെന്താണ് പണിയണ-
തന്തിക്കും നിക്കേണ്ടതാ... (2)
(അന്തീല്)

താളത്തി ചക്രംചവിട്ടണ കാര്യത്തി തന്തോയമാ (2)
തമ്പ്രാനെ നെനച്ചോണ്ട് ചവിട്ടുമ്പ-
മൊത്തത്തീ തന്തോയമൊണരണ-തെന്നാണോ-അയ്യയ്യോ...
തന്തിന്നോ താനിന്ന തന്തിന തിന്തിന്നോ തിന്തിന്ന താനിന
(അന്തീല്)

നൊന്തോണ്ടും വേലക്കെറങ്ങണ കാര്യത്തി തന്തോയമാ (2)
മടവീണാ മാടത്തിലിരിക്കണ-
പുള്ളേടെ മൊകമാണ് മനതില്-തന്തോയം-
പോവല്ലേ...അയ്യയ്യോ
താനിന്ന തന്തിന തിന്തിന്നോ തിന്തിന്ന താനിന
(അന്തീല്)

കപ്പിലുമാങ്ങ

കപ്പിലുമാങ്ങാ കുപ്പിയിലാക്കി
കുപ്പിയടച്ചു കുഴിച്ചിട്ടു
കുപ്പച്ചീര പറിച്ചുനിരത്തി
മണ്ണിനുമോളീ കൊണ്ടിട്ടു

പലപല ഞായർ തിങ്കൾ ചൊവ്വ ബുധൻ
വ്യാഴം വെള്ളി ശനി...
പലപല ഞായർ തിങ്കൾ ചൊവ്വ ബുധൻ
വ്യാഴം വെള്ളി ശനി...

മണ്ണുമാന്തിക്കുപ്പിയെടുക്കും നാളെ... നാളെ... നാളേ...
മണ്ണുമാന്തിക്കപ്പലട്ടത്തേ വായീ... വായീ... വായീ...

കപ്പിലുമാങ്ങാക്കുപ്പിയെടുത്ത് ഒറ്റവലിക്കുകുടിച്ചപ്പം
കുപ്പീലാക്കീ ലോകം മൊത്തോം
കപ്പലുകാരൻ മത്തായീ...

വട്ടുപാട്ട്

ഇല്ലേടാ ദേണ്ടെടാ നില്ലെടാ പിടിയെടാ
പിടിച്ചങ്ങ് കെട്ടിയിടെടാ...
പട്ടികുരച്ചപ്പം പടിഞ്ഞാറേ വേലിക്ക് മേളീക്കൂടി
ഓടിയതവനാടാ...പൊറകേ-
വിട്ടോടാ, വെളഞ്ഞവനാ...
(ഇല്ലേടാ...)

എന്തിനുവന്നവനേതിന്നുവന്നവൻ
കുടുമ്മത്തിൽ അലമ്പായേ...
അവനാരെന്നുമിതുപതിവാണോന്നും കൂടിയൊന്നു പറ,
യെന്റെ വലിയമ്മാവാ -അവനെ-
ഇനിക്കണ്ടാ പിടികിട്ടുവോ
(ഇല്ലേടാ)

വെളിച്ചത്തി ഇവിടൊക്കെ
കറങ്ങണ നെഴലിനെ
ഇരുട്ടുമ്പം കാണൂല്ലാ...
പട്ടി കുരച്ചപ്പമോടിയ
വിരുതനാം നെഴലിന്റെ
ഒടയവൻ ഞാനാടാ...
അഴിക്കടെ ചങ്ങല കാലീന്ന്...
(ഇല്ലേടാ)

വയ്യാണ്ടിരുന്നാ കൊയ്യാണ്ടിരുന്നാ

തെയ്യാ തിനന്താ-തിനന്തിനന്താരാ
താരാതിനന്താ-തിനന്തിനന്താരാ

വയ്യാണ്ടിരുന്നാ കൊയ്യാണ്ടിരുന്നാ
അയ്യോടീ ക്ലര കയ്യോടി ചീതേ
കയ്യോടെ വാടീ തമ്പ്രാന്റെ മുമ്പീ-
ച്ചെല്ലാതെ നില്ല് കൊയ്യങ്ങ് കൊയ്യ്

തന്നേ മറന്നാ കറ്റത്തലപ്പീ-
ച്ചെത്താന്തുടങ്ങ്യാ കൈയ്യങ്ങ് പോവ്വേ
കൈതോലയല്ലാ എത്തിപ്പിടിക്കാൻ,
മുള്ളല്ല, മുണ്ടോൻ നെല്ലാണ് വല്ലി

ചുണ്ടന്റ് ക്ടാത്തീ മുണ്ടാതമുണ്ട്
മുട്ടറ്റമെത്തും മുണ്ടുംമുറുക്ക്
മണ്ടക്കെഴങ്ങൻ തമ്പ്രാൻ വരുമ്പോ
ഞൊണ്ടിപ്പതുക്കെ ക്ലനിപ്പതുങ്ങ്.

പച്ചക്കാള

പച്ചക്കാളക്കങ്ങളോ...
പച്ചച്ചേമ്പെലവീരോ...
ഓണങ്കേറാക്കോണി നാളേ...
മുടിയാട്ടത്തിന് പോവേണ്ടേ...

മുല്ലപ്പൊന്തക്കാടേ... തുമ്പപ്പൂവെക്കണ്ടോ...
ഇല്ലത്തമ്മ മയങ്ങിപ്പോകും
കുഞ്ഞിച്ചിരിയതു കാണേണ്ടേ...

ഇല്ലിക്കുട്ടുവിഴുങ്ങി ചെല്ലിപ്പെണ്ണിന കെട്ടി
കൂട്ടിക്കൊണ്ടുവരുമ്പോ കാണാൻ
പോണ്ടേ പുല്ലേ... വാ പുല്ലേ.....

ജാതിപ്പാട്ട്

കോവയ്ക്കാക്കുന്നത്തെ ജാതിക്കാത്തോട്ടത്തിൽ
പുള്ളിക്കുയില് കടന്നുകേറി
പൊട്ടിയ ജാതിക്കാ കൊത്തിവിഴുങ്ങിയ-
പ്പേരയ്ക്കാമാവില് ചെന്നിരുന്നേ-ജാതി-
പ്പത്രിയെ തിന്നു കുരുകളഞ്ഞേ...

അങ്ങനെ പൂങ്കുയിൽ പോയവഴിയൊക്കെ
ജാതിമരങ്ങൾ കിളിർത്തനാളിൽ
ജാതിക്കാവിറ്റു വളർന്ന മൊതലാളി
മേടയിൽനിന്നുമിറങ്ങിവന്നേ-മണി-
മേടേന്ന് മണ്ണിലിറങ്ങിവന്നേ...

ജാതിമൊതലാളി ചൊല്ലി.,കുരു-വീണ-
മണ്ണായമണ്ണെല്ലാമെന്നുടെയാ
ഇല്ലിമുളകൊണ്ട് വേലികെട്ടീ നല്ല-
മുള്ളാലേ ലോകം മറയ്ക്കും ഞങ്ങൾ-മുള്ള്-
കൊള്ളേണ്ടയെന്നുണ്ടേ മാറിക്കോണം...

വിത്തു വിതക്കാതെ കൊയ്യാതെ മാനത്ത്
പാറിപ്പറക്കും പറവകൾക്കും
അന്നംകൊടുക്കുമീ മണ്ണൊരു പൊണ്ണന്റേം
സ്വന്തമാവില്ലാ വളച്ചുകെട്ട്യാൽ-അത്-
കാച്ചോട്ടിലുള്ളതൊരല്പകാലം...

ഇങ്ങനെയങ്ങനെ പുള്ളിക്കുയിലാള്
പാടിപ്പറഞ്ഞു പറന്നുപോയേ
കോവയ്ക്കാക്കുന്നത്തെ ജാതിക്കാത്തോട്ടത്തിൽ
ആരുമേ കേറാതെ കാടുകേറീ-മൊത-
ലാളിമരിച്ച മണ്ണായിമാറീ...

വല്ലോടോം പോയിവരുമ്പം

വല്ലോടോം പോയിവരുമ്പം
ആരേന്നാ കൂട്ടവിളിച്ചേ
ആ വഴിക്ക് പോരാവൂന്ന്
എത്തരകണ്ട് ചൊല്ലീ (2)
അയ്യയ്യയ്യയ്യോ അയ്യയ്യയ്യയ്യോ അയ്യയ്യയ്യയ്യയ്യയ്യയ്യോ

ഇറുവേലീക്കുന്നിലെക്കാട്ടീ
കഴുകമ്മാര് കൊത്തിവലിക്കാൻ
കഴുമരത്തെക്കേറ്റീപണ്ട്
എത്തര പേരെ അയ്യോ... (2)
അയ്യയ്യയ്യയ്യോ അയ്യയ്യയ്യയ്യോ അയ്യയ്യയ്യയ്യയ്യയ്യയ്യോ...

തിര്വിതാങ്കൂറിന്കീഴീ
കുറൊള്ള കര്ത്തമ്മാരെ
അന്ന് വന്ന വെള്ളക്കാര്
കഴുകിലേറ്റിക്കൊന്നേ... (2)
അയ്യയ്യയ്യയ്യോ അയ്യയ്യയ്യയ്യോ അയ്യയ്യയ്യയ്യയ്യയ്യയ്യോ

വല്ലോടോം പോയിവരുമ്പം
കളിത്തട്ടിഞ്ചോട്ടിലിരുന്ന്
എളവെട്ത്ത് വെള്ക്കുന്നേരം
പോന്നാപ്പോരെ അച്ചോ... (2)
അയ്യയ്യയ്യയ്യോ അയ്യയ്യയ്യയ്യോ അയ്യയ്യയ്യയ്യയ്യയ്യയ്യോ

പട്ടിക്കല്ല്യാണം

തെയ്യ്താരോ
തെയ്യ്താരോ
തെയ്യ്തെയ്യ്താരോ

തെയ്യ്താരോ
തെയ്യ്താരോ
തെയ്യ്തെയ്യ്താരോ

ചിങ്ങംപോയ് ചിങ്ങംപോയ് കന്നിയെത്തീ
പട്ടിക്ക് കല്ല്യാണനാളുമെത്തീ
(തെയ്യ്താരോ...)

പടിഞ്ഞാറെക്കരയിലെ അന്തിച്ചന്തെ
പട്ടികുരച്ചപ്പം ആളൊഴിഞ്ഞേ
(തെയ്യ്താരോ...)

[illegible]ച്ചിയും ചീഞ്ഞുപോയി
ചേനയും ചേമ്പും കിളിത്തുപോയി
(തെയ്യ്താരോ...)

തൂമ്പയിരുന്ന തുരുമ്പെടുത്തു
പട്ടികടിയോർത്തു ഞെട്ടിനിന്നു
(തെയ്യ്താരോ...)

ഉപ്പുംമുളകും അരികുപറ്റി
മിണ്ടാതെ ഓടടാ ഓട്ടമായീ
(തെയ്യാരോ...)

ചിങ്ങംപോയ് ചിങ്ങംപോയ് കന്നിയെത്തീ
പട്ടിപിടുത്തത്തിന്നാളുമെത്തീ
(തെയ്യാരോ...)

ചട്ടമ്പി,മുട്ടുങ്കെക്കാരനൊരുത്തൻ
പട്ടിക്കല്യാണം പിരിച്ചുവിട്ടേ...
(തെയ്യാരോ...)

വടക്കൻതലപ്പാട്ട്

താളിയോലപ്പറമ്പേ താളിയോലപ്പറമ്പേ
താളിയോലപ്പനകൾ തിങ്ങിയൊരുപറമ്പേ
കപ്പ കവുങ്ങ് നടാൻ പറ്റിയൊരു പറമ്പേ
തെങ്ങും കുരുമുളകും നട്ട നെടുമ്പറമ്പേ...

കുട്ടനാടെന്നുള്ള ചുട്ടനാട്ടിൻ വടക്കേ-
തലക്കലെ പാടങ്ങളും തോടും പുഴക്കരയും
കുന്നും കുളങ്ങളുമായി വാഴുന്നൊരു പറമ്പേ
വടക്കുംകൂറുനാട്ടിൻ കൈത്തലം നീ പറമ്പേ...

നാട്ടുവാഴിച്ചതികൾ കണ്ടൊരു വൻപറമ്പേ
നേടിയെടുത്തവരെ വാഴ്ത്തിയ മേൽപ്പറമ്പേ
വാഴ്ചകൾ വീഴ്ചകളെ കൊണ്ട തനിപ്പറമ്പേ
പേര് പെരുത്ത് നിൽക്കും ചെല്ലച്ചന്തപ്പറമ്പേ...

തലയോലമേലെഴുതീ കരമൊഴിവാക്കിയേകീ
വേണാട്ടരചൻ നിന്നെ തലയോലപ്പറമ്പേ...
നെല്ല് വയലുകളെ പോറ്റുന്ന പൊൻപറമ്പേ
നല്ലവടക്കൻതലപ്പാട്ടുപാടും പറമ്പേ

എടവപ്പാതിയിൽ

എടവപ്പാതിയിലെടവപ്പാതിയി-
ലെടമുറിയാതെ മഴപിടിച്ചപ്പം
പിണ്ടിത്തോണിയിൽ തുഴഞ്ഞുചെല്ലമ്പം
വൈക്കം കായലീവന്നെടോ-നല്ല-
വഞ്ചിപ്പാട്ടൊന്നു പാടെടോ-അതി-
നൊത്തു താളംപിടിക്കെടോ-വല്യ-
ചെമ്പിലരയൻ കണ്ണിലെ-മണി-
പോലെ കാത്തൊരു കായലാ-മണി-
കക്ക വാരണ തീരമാ-ചെറു-
മന്റെ ചേലൊള്ള തേയമാ തക-
തന്തിനാ തിന തന്തിനാ-തക -
തന്തിനാ തിന തന്തിനാ.....

വൈക്കംകയറ് വാങ്ങാൻ ചെല്ലമ്പം
വെക്കം വെക്കന്ന് പോകണം ഇനി-
കിട്ടിയില്ലെന്നു ചൊല്ലല്ലേ-തക-
തന്തിനാ തിന തന്തിനാ-തക-
തന്തിനാ തിന തന്തിനാ
ഓരത്തോട്ടൊന്നു ചേർക്കെടോ-വള്ളം-
എടവപ്പാതീല്മുങ്ങുമേ-പിണ്ടി-
കെട്ടിയില്ലെങ്കിത്താഴുമേ-തക-
വൈക്കംകയറ് വാങ്ങാൻ ചെല്ലമ്പം
വെക്കം വെക്കംന്ന് പോകണം-തക-
തന്തിനാ തിന തന്തിനാ-തക-
തന്തിനാ തിന തന്തിന

പൊട്ടങ്കളി മതിയേ

പൊട്ടങ്കളി മതിയേ മതിയേ
പൊട്ടങ്കളി മതിയേ മതിയേ
കണ്ണ്പൊട്ടിയ തെയ്‌വേ തെയ്‌വേ
പൊട്ടങ്കളി മതിയേ മതിയേ....

പണിയാളട ചവംചവ്ട്ടി മടക്കുട്ടണ കൂട്ടരിക്ക്
കൂട്ടിരിക്കണെ തെയ്‌വേ ഏങ്കള
രച്ചിക്കാനാരാണേ...
രച്ചിക്കാനാരാണേ...

അന്തുമിന്തും തന്നേമ്പിന്നേം
തെണ്ണത്തിന് മേളീമേളീ
തെണ്ണം തരണ തെയ്‌വേ... തെയ്‌വേ...
ചെറിയോരട തെറിവിളിവഴിയേ-
വെളയാടാൻ വാവാ തെയ്‌വേ.....

വള്ളിക്കൊളക്കോഴി

വള്ളിക്കൊളക്കോഴി പൊന്തേല് കേറണേം-
മുന്നം മനഞ്ഞീല് പൊന്തിവന്നേ
മഞ്ഞച്ച ചേരയെ കണ്ടപ്പപ്പേടിച്ച്
പാമ്പിന്റ ചേല്ക്ക് വാ പൊളിച്ചേ...

വെള്ളത്തീ താന്നപ്പം മിന്നായംപോലത്ത
മീനൊത്ത് നീന്തണ മീനമായേ...
ചാളക്കൊടലിട്ട് ആമേപ്പിടിച്ചപ്പം
കുട്ടത്തീവന്നിട്ട് നോട്ടമായേ...

പൊത്തില് കൈയിട്ട് മുട്ടനടുമ്പിന
പൊത്തിപ്പിടിച്ചത് കണ്ടകാര്യോം
ചൊറിഞ്ചനച്ചോട്ടില് പോയിപ്പറഞ്ഞെന്നാ
ചൊറിഞ്ഞ് ചൊറിഞ്ഞ് ചൊറിപിടിക്കും... ചുമ്മാ
മിണ്ടാണ്ടേ പൊക്കോണം-മാക്കാച്ചീ...

അറുകൊല

ചങ്കുങ്കരളും ചൂന്നെടുക്കണ്
ചക്കരെക്കുട്ടിച്ചവച്ച് തിന്നണ് (2)
പെട പെട പെട പെട പെടയണ് ചീമൻ (2)

ഇരുളാ... ഇരുളാ... തൊരപ്പനിരുളാ...
വെള്ക്കെ ഏന്തിന് ഇളിച്ച് നിക്കണ് (2)
മുഞ്ഞീമൊത്തോം ചോരയിരിക്കണ് (2)

കൊത്തിക്കുടി കുടി വെട്ടിച്ചുട് ചുട് ചുട് (2)
കൊല കൊല അറ്കൊല കോഴിത്തല-പിരി-
പിരി പിരി -അടിപിടി-പാടത്തോടണ് (2)

ആളക്കൊന്തേ-കൊന്ത്കവർന്തേ-
കൊലച്ചതിചെയ്തേ-
മണ്ണ് പിടിത്തേ-പൊണ്ണ് പിടിത്തേ-
പൊന്ന് പിടിത്തേ-തിന്നേ ളുറ്യേ ചീർത്തേ ചത്തേ-
ചീഞ്ഞേ,വയലീവിരിഞ്ഞ്നെറഞ്ഞേ... പൊലി-
പൊലിയോ-പൊലി...
പൊലി-പൊലിയോ.....

അത്തിന്തോ തിന്താരേ

അത്തിന്തോ തിന്താരേ തക തിന്തായി താരാ
തകതിന്തോ തിന്താരേ തക തിന്തായി താരാ

ഈറ്റവെട്ടാനാളുംനോക്കി പനമ്പുകാട്ടീ
ചെന്ന്തങ്കി പെണ്ണുംകെട്ടി
ഞാം പൊറുത്തേ
(അത്തിന്തോ)

ചെമ്പിൻ്റകത്ത് പുഴുങ്ങിയ നെല്ലൊന്നൊണക്കാനേ
ഈറ്റകീറി പനമ്പ്നെയ്യെൻ്റപ്പൂപ്പന്മാരേ...
(അത്തിന്തോ)

തേശത്തിന്ന് ചോറ്റുങ്കൊട്ട കെട്ടണൊരില്ലം
ഈറ്റപ്പൊളികൊണ്ടേ ഞാം മെടഞ്ഞെട്ത്തേ...
(അത്തിന്തോ)

പാക്കിലെ വാണിപത്തിന്ന് പോകിണനേരം
മക്കളും രച്ചകൊട്ടുക്കളമെൻ്റപ്പൂപ്പമന്മാരേ...
(അത്തിന്തോ)

പേരെട്ത്ത വീരത്തമുള്ളൊരപ്പൂപ്പന്മാരേ
പേര്ചൊല്ലി മക്കള കാപ്പത് കണ്ടറിയുന്നേ...
(അത്തിന്തോ)

കൊണ്ടുംകൊടുത്തും പടിച്ചവരപ്പൂപ്പന്മാരേ...
എത്തിയ കളരികളെല്ലാം പിടിച്ചവരല്ലേ...
(അത്തിന്തോ)

പതിയിൽ കുടിയിരിക്കുമെന്റപ്പൂപ്പന്മാരേ...
പിണികൾ ഒഴിക്കവേണമെന്റപ്പൂപ്പന്മാരേ...
(അത്തിന്തോ)

എന്നാണേ നിന്നാണേ

എന്നാണേ നിന്നാണേ ഇത് കള്ളത്തരമല്ലാ,
പെണ്ണാളേ പൊന്നാണേനീ, പൊള്ളത്തരമല്ലാ...
കൊല്ലാക്കൊലക്ക് പേര്കേട്ട തമ്പിരാൻ
കുട്ടിന്നൊരാളൊണ്ടെന്നാ മാറിപ്പോവൂട്ട്യേ...

കിണ്ണാരം വേണ്ടുമ്മണ്ണം ചൊല്ലുന്നോനല്ലേ...
കണ്ണാടിനോക്കി തുതി ചെയ്യുന്നോനല്ലേ...
മാനത്ത് കണ്ണുംനട്ട് നിക്കുന്നോളല്ലാ
മാനത്തെ തന്നെത്താനെ നോക്കുന്നോളാണേ...

വക്കാണമാക്കേണ്ടേന്റ മാടത്തക്കിളിയേ
മാടത്തീ കലപില വേണ്ട ആണാള് വേണ്ടേ...
പൂത്ത്മലന്ത്പോയാ പൊള്ളക്കരിമ്പ്
ചാഴിക്കും വേണ്ടന്നൊള്ള നാള് വരുമേ...

പാടത്തെ പെണ്ണാളിന്ന് മേനീടക്കുട
പാകംതെകഞ്ഞ തനി മനതുമൊണ്ടല്ലോ
ആകുമ്പ, തോന്നുമ്പ ഏൻ കെട്ടിന്നൊരുങ്ങും
എന്നാണേ നിന്നോടൊത്തേ പോരാമ്പോണില്ലാ...

ഇമ്മടെ ചങ്ക്

വട്ടാണേ... വട്ടപ്പൊട്ട് കണ്ടാ തുടിക്കും ചങ്കീ
പൊട്ടാസ് കിടപ്പുണ്ടേ... തൊട്ടാലേ പൊട്ടിപ്പോകും
അമ്പട ഞാനേ മിടുക്കാ... കൊമ്പ് കുലുക്കും ചെറുപ്പം
കണ്ടേടത്ത് കറങ്ങീടാൻ
തിടുതിടുക്കം

ഓളംവെട്ടം തലയാട്ടി,
താടികൊണ്ട്താളമിട്ട്
തോന്നുംപോലെ പാട്ടുംപാടി പടിയിറങ്ങും
അടിമുടി അടിപൊളി
മടിയുടെ കൊടുമുടി
മുടിയനാം മകനൊരു കിടുകിടുക്കൻ...

●

കണ്ടതൊക്കെ കൊതിച്ചീടും കുറുമ്പിന്റെ കണ്ണുമായി
ദാണ്ടേ ദാണ്ടേ ദാണ്ടേ പോണു
ദവനാണവൻ...

അക്കിടിയിൽപ്പെട്ടുപോയാലട്ടിമറി നടത്തിയും
കെട്ടുവിട്ടു വഴുതുന്ന അടവറിയാം
വേണ്ടാതീനം വെളമ്പണ വെളഞ്ഞൊരു വിത്താ പൊന്നേ
ചെന്നേടത്ത് ചെന്നേടത്ത് ചുറ്റിപ്പിടിക്കും...

●

കണ്ടതൊക്കെ കൊണ്ടുപോകും കുറുമ്പിന്റെ കണ്ണുമായി ദാണ്ടേ
ദാണ്ടേ ദാണ്ടേ പോണു ദവനാണവൻ..

കാട്

കാട് കാണാൻ വന്നതാണ്
കാത്തിരിക്കും നേരമാണ്;
പച്ചയൊന്നും കണ്ടതില്ല
പാലമരം പൂത്തതില്ല
കാറ്റുപോലും വീശിയില്ല
കിളികളൊന്നും മിണ്ടിയില്ല..

ഈ വഴിയേ ആ വഴിയേ മേടിറങ്ങിപ്പോയ പെണ്ണേ
നീയിറങ്ങിപ്പോയക്കൂടെ കാട് പോന്നോ കാട്ടുപെണ്ണേ..

ഈ വഴിയേ ആ വഴിയേ മേടിറങ്ങിപ്പോയതല്ല,
കാട്ടുപൂവിൻ നീരെടുക്കാൻ വന്നവർ പറിച്ചതാണ്;
കാടിന്നിളം തണ്ടൊടിച്ചാൽ കാടുമില്ല, മേടുമില്ല;
ഞാനുമെന്റെ കാടുമിന്ന്
പച്ചമണ്ണിൻ കീഴിലുണ്ട്..

കാട് കാണാൻ വന്നതാണ്
കാത്തിരിക്കും നേരമാണ്
പച്ചയൊന്നും കണ്ടതില്ല
പാലമരം പൂത്തതില്ല
കാറ്റുപോലും വീശിയില്ല
കിളികളൊന്നും മിണ്ടിയില്ല..

പണിപ്പാട്ട്

എല്ലുമുറിയെ പണിചെയ്താൽ
പല്ലുമുറിയെ തിന്നാല്ലോ
മണ്ണ് കനിഞ്ഞാൽ പൊന്ന് കെടക്കും
ഒന്ന് കെളച്ചാ കുന്നോളംകിട്ടും
വിത്തിനകത്തൊരു സ്വത്തിരിപ്പുണ്ടതു
നേടുവാൻ നമ്മക്ക് വേലചെയ്യാം...

തെയ്യാരോ തിന്തിമി തിന്തിമി തിന്തിമി തിന്തിമി
തെയ്യാരോ തിന്തിമി തിന്തിമി തിന്തിമി
തിന്തിമിത്തിന്തിമിത്താരോ...

കുഴിമടി കുലംമുടിക്കും
മടിയിനി മതി, മഠയാ
പത്തായം പെറില്ലാ,
താനേ നെല്ല് നിറയൂല്ലാ..
സമ്പത്തുള്ളകാലത്തുതന്നെ
തയ്യ് പത്ത് നട്ടുനനച്ചോ,
ആപത്തിന്റെ കാലം വന്നാൽ
തിന്നാൻ കായാകും..
കാറ്റുള്ളപ്പോ പാറ്റെടാ... തെയ്യന്താരാ...

കള കള പറിച്ചുകള
നട് നട് നിലമറിഞ്ഞ്
വേണമെങ്കി വേരിൽ കായ്ക്കും ചക്കേംമാങ്ങായും

മിട്ടുക്കില് വെതവെതച്ചാൽ
ഒരിക്കല്വം തിട്ടുക്കം വേണ്ടാ
പാകത്തില് വളവും നനവും
വെയ്ല്വം ചേരുമ്പം
നിധിയെടുക്കാം, വൈകാതെ പറനിറയെ

കൃഷിപ്പാട്ട്

വായോ വായോ വെക്കം വെക്കം
കാണാൻ വാ ഇന്നെന്റെ കായ്കറിത്തോട്ടം...
വെള്ളം കോരാം അണ്ണാൻ കുഞ്ഞേ
ആവത്പോലെ നീ എൻകൂടെ കൂട്...
വെള്ളരിവള്ളിയിൽ തളിര് പൊടിച്ച് ഹായ്
നാണംകൊണ്ടാ കാഞ്ഞവെയിൽ
ഓടി പോണണ്ടേ...

വിഷമല്ലയോ മറുനാട്ടിലെ വിളയായ് വരും വിഭവങ്ങളിൽ
ഒരു വാഴയും ചെഞ്ചീരയും
അവനോന്റെയീ മണ്ണിൽനടാം
പാകീ ഞാനാ സ്വപ്നം,
അത് ചെടിയായി, കേടില്ലാക്കനിയായി...

ഒരു കാർമുകിൽ വരണുണ്ടെടോ
തെളിനീരുമായ് ആഹാ ഹഹാ...
നന നാളെയും തുടരേണ്ടെടോ
അത് പെയ്യുകിൽ വരമായെടോ
അണ്ണാൻ കുഞ്ഞേ, നാളെ,
സ്വന്തം വേർപ്പിന്റെവില നീളെ കായ്ച്ചീടും..

കാനകപ്പെണ്ണ്

പൂമാനത്തില് പാതിരാപ്പാടത്ത് അമ്പിളിപൂത്തപോലെ
പൂമാടത്തില് പൂത്തിരിമാതിരി പൊട്ടിച്ചിരിച്ചപെണ്ണേ...
മാരൻ വന്നൊരു മാലയണിയിച്ച്
കയ്യുംപിടിച്ചുപോകുംനേരത്താങ്ങള
നേരേനോക്കുമ്പം പൊട്ടിക്കരഞ്ഞതെന്തേ... 2

അത്തിന്തോ തിന്താരോ തക
തെയ്യാതിനന്തക തെയ്താരോ...
തകതിന്തോ തിന്താരോ തക
തെയ്യാതിനന്തക തെയ്താരോ... 2

പാവാടപ്രായത്തിലന്തിച്ചുവപ്പിന്റെ
നൊമ്പരം തൊട്ടപെണ്ണേ
കണ്ണാടിച്ചില്ലൊളിമിന്നണ
വെള്ളത്തിൽ മുങ്ങിക്കുളിച്ചപെണ്ണേ... 2
(അത്തിന്തോ...)

മുന്നാഴിക്കന്നിക്കിനാവുകൾ പൂങ്കരൾച്ചെപ്പിലടച്ച പെണ്ണേ...
കല്യാണവണ്ടിയിൽ കേറുമ്പോ
ഉള്ളംപൊള്ളുന്നുണ്ടോ കുഞ്ഞിപ്പെണ്ണേ... 2
(അത്തിന്തോ...)

കൂട്ടായിപ്പാടിയ ഞാറ്റടിപ്പാട്ടിന്നു
താളംപിടിച്ച പെണ്ണേ...
വായാടിക്കാറ്റുകണക്കിന് പാറിനടന്നൊരു മൈനപ്പെണ്ണേ.. 2
(അത്തിന്തോ...)

നിന്നോളമുള്ളലിവുള്ളവരുണ്ടോ
ഉലകില് പെൺമനമേ..
പെണ്ണോളം സങ്കടമുണ്ടവരുണ്ടോ
ഉലകില് പൈങ്കിളിയേ...2
(അന്തിന്തോ...)

കവിതകൾ

വൈകുന്നേരത്തെ പ്രേമലേഖനം

നിന്നെക്കുറിച്ചു പറയുകയെന്നാൽ
ദൈവത്തിന്റെ ഏകാന്തതയെക്കുറിച്ച് പറയുമ്പോലെയാണ്
അതുകൊണ്ട് നിന്നെ ഞാൻ 'നീ' എന്നു വിളിക്കുന്നു...

എന്നിലുള്ളപ്പോഴും നീ നീയായ്ത്തന്നെയിരിക്കുന്നതിനാൽ
`ഒരേയൊരു നീ`യെന്നു വിശേഷിപ്പിക്കുന്നു ഞാൻ...

സമാധാനത്തിന്റെ പതാകയാണ് നിന്റെ ശിരസ്സ്...
കുട്ടികളിൽനിന്നും ചോർന്നുപോകുന്ന കുട്ടിത്തമെല്ലാം
നിന്റെ കണ്ണുകളിലാണു വന്നുചേരുന്നത്...

ഓരോ നിശ്ശബ്ദനേരങ്ങളിലും നിന്റെ തണുത്ത ഞരമ്പുകളിൽ
തിളച്ചചോരയുടെ മാഞ്ഞുപോയപൂക്കാലം ചുവന്നൊഴുകുന്നു...

നിന്റെ ഇടറിയ ഓരോ ചുവടും,
സ്നേഹമേ സ്നേഹമേയെന്ന് വിളിച്ചുചൊല്ലി കുഴഞ്ഞുപോകുന്നു.
ലോകമേ ലോകമേ എന്നുവിളിച്ച് ഇപ്പോഴും നിന്റെ വിരലുകൾ
നീണ്ടുചെല്ലുന്നുണ്ട്.,
വെറുതെയെങ്കിലും ഒന്നുതൊടാനായ്
എല്ലാത്തിന്റെയും നേർക്ക് വിറച്ചുചെല്ലുന്നുണ്ട്...

സാന്ത്വനമേ സാന്ത്വനമേ എന്നുമൊഴിഞ്ഞ്
സാമീപ്യം കൊതിക്കുന്നുണ്ട് നീ, എല്ലാവരുടെയും.
[ആരും കണ്ടതായി ഭാവിക്കുന്നില്ലെങ്കിലും]

ഓരോ ഉറക്കംമുറിഞ്ഞുപോകലും നിനക്കു സമ്മാനിക്കുന്നത്,
ഉടഞ്ഞ രതിമൂർച്ഛയുടെയും അവ്യക്തമൃത്യുബോധത്തിന്റെയും
നിമിഷങ്ങളെയാണ്...

തിരിച്ചറിവിന്റെ കണ്ണാടിയാണു നീ
നേരിന്റെ വേരാണു നീ...
എങ്കിലും, നീ ഞാനാകുന്നു, ഞാൻ നീയാകുന്നുവെന്ന്
തൊലിപ്പുറത്ത് ജര വീഴുമ്പോൾ മാത്രം ഞാനറിയുന്നു..

നീ, എല്ലാ ഭാഷയിലെയും അനുഭവങ്ങളുടെ അക്ഷരമാല
ഒന്നുമില്ലായ്മയുടെ,വല്ലായ്മയുടെ ജൈവരൂപം...
നിന്നിൽനിന്നുംപഠിക്കുവാനില്ല പാഠം
പഠിപ്പിക്കുവാനില്ല പാഠം...
നീ, മനുഷ്യന്റെ അച്ഛനായ ശിശുവല്ലേ[1] പൊന്നേ വാർദ്ധക്യമേ!!!!!!

1 മനുഷ്യന്റെ അച്ഛനാണ് ശിശു/വേഡ്സ്വർത്ത്

ഞാൻ

ജനിച്ചോരോക്കെയും മരിച്ചുപോകുമ്പോൾ
ഞാനിവിടിങ്ങനെ ജീവിച്ചിരിക്കുന്നു,
ഇടയ്ക്കിടയ്ക്കെന്റെ ഉടുത്തസ്വപ്നത്തിൽ
പ്രളയകാലം ഒഴുകിയെത്തുന്നു.

ശവങ്ങൾക്കൊപ്പമങ്ങൊഴുകി നീങ്ങുമ്പോൾ
ദാഹംകൊണ്ടു ഞാൻ മോന്തുന്ന-
പ്രളയജലം മരണം മാറ്റുന്ന
മരുന്നെന്നു ഞാനറിയുന്നു

കൂട്ടുകൂടുവാനിണയെത്തേടി ഞാൻ
ജലക്കണ്ണാടിയിൽ നോക്കുമ്പോൾ
അതിൽത്തെളിയുമെൻ സുന്ദരരൂപത്തെ
പ്രണയിച്ചീടുവാൻ തോന്നുന്നു

ജീവൻ നിലനിർത്തി ഭൂമിയെകാക്കുവാൻ
ഞാനല്ലാതിവിടാരുണ്ട്?!
ഇങ്ങനെ ചിന്തിച്ച്സുന്ദരനെന്നെ ഞാൻ
ഇണചേരുവാനായ് പുണരുന്നു..

അപ്പോഴുയർന്നു കേൾക്കുന്നൊരരുളപ്പാടിൽ ഞാൻ
ആദിപിതാവായി മാറുമ്പോൾ
ഉറക്കം പോകുന്നു, ജനലിലൂടെ, ഞാൻ-
ദൈവമാകുന്ന കാലവും പോകുന്നു

മൊഴി

നിലവിളിയുടെ ചോരത്തുള്ളിയിൽനിന്നുമുയിരെടുത്ത
നിശബ്ദമേനിയാളാണവൾ!
തൊടുന്നവരെയെല്ലാം ധ്വനിപ്പിച്ച് ധ്വനിപ്പിച്ച്
സ്വന്തം തൊണ്ടയിടർച്ചയൊതുക്കും ചേങ്ങില!!

ആരോപിക്കപ്പെടുന്ന അർത്ഥങ്ങളെല്ലാം ചുമന്ന്
ഒരുപാടുനാളായി അലഞ്ഞു നടപ്പാണവൾ!!!!

വായ കീറിയ തമ്പ്രാൻ ഇവിടെ
എവിടെയെങ്കിലും ജീവിച്ചിരിപ്പുണ്ടെങ്കിൽ,
ചങ്ങാത്തംകൂടി ചതിചെയ്യുവോരെക്കുറിച്ച്
ഉറക്കെയൊന്നുരിയാടാൻ,
വാക്കിനൊരു നാക്ക് തുന്നിക്കൊടുപ്പാനപേക്ഷ!!!!!

കൊല്ലേണ്ടതെങ്ങനെ

ആലോചനയുടെ പുല്ലുപിടിച്ചവഴിയില്ലൂടെ
ആരും കാണാതെ കൂട്ടിക്കൊണ്ടുവരണം

നേരിന്നാളൊഴിഞ്ഞ ഇടത്തിൽവച്ച്
ന്യായീകരണത്തിന്റെ
സ്വരവും വ്യഞ്ജനവുംകൊണ്ട് പൊളിക്കണം.

പിന്നെ വെച്ചോണ്ടിരിക്കരുത്,
കാത്തോണ്ടിരിക്കരുത്,
നിലനില്പ്പിന്റെ തട്ടുമുട്ട് യുക്തിയെടുത്ത്
ചറപറാ വെട്ടിയേക്കണം,
മനസ്സാക്ഷിയെ!!!!

ചത്തുവീഴുംമുമ്പേ വേണമെങ്കിൽ ചുമ്മാ പറഞ്ഞേക്കുക;
"നിന്റെ മരണം നമ്മുടെ രണ്ടിൻറേം
രക്ഷയുടെ താക്കോലാണ്,
സാരമില്ല കേട്ടോ"
എന്നു മാത്രം!!!!

ഒളിക്യാമറ

ആകാശം നോക്കിനോക്കി നടന്ന്
കണ്ണുകൾ രണ്ടും നക്ഷത്രങ്ങളായിപ്പോയ പെൺകുട്ടി
അടിവാരത്തിൽ കാലികളെ തെളിച്ചുവരുന്നു...
ഭൂമിയപ്പോൾ ചരിഞ്ഞുകിടന്ന് കാണുന്നു;
അവൾക്കു പിന്നിൽ ചെന്നായ്നിഴൽ!

കയറ്റം കയറുന്നേരം രസംപിടിച്ച്
കൈകുത്തി എഴുന്നേറ്റിരുന്ന്
ഭൂമി കാണുന്നു;
ചെന്നായ്ക്കളെ തെളിച്ചുംകൊണ്ട് അവൾ...
പിന്നിൽ,
കരയും കന്നാലിനിഴൽ!

മുഴുവനും പിടികിട്ടാനായ്
നിവർന്നുനിന്നു നോക്കുമ്പോൾ
ഭൂമി കാണുകയാണ്,

താഴെ
അവളെയും തെളിച്ചുകൊണ്ട് ചെന്നായ്ക്കൾ
വീടിനകം വഴി പുറത്തേക്ക്...
പിന്നിൽ
എല്ലുംതോലും കഥയറിയാതെ കരിനിഴലായ്!!!

നീർമണി

ജീവിച്ചിരിപ്പിന്റെ തെളിവുകാട്ടുവാൻ
വെപ്രാളപ്പെട്ടും വിത്തിന്റെ
ഓർമ്മയുടെ പച്ച

മൗനംതേങ്ങും ഒലി
വാക്ക് വിയർക്കും തുള്ളി
മിഴിപറയും മൊഴി
കിനാവിൻ പെയ്ത്ത്
കരച്ചിലിൻ കവിത

അതല്ലേ ഈ പൊഴിയും മണികൾ!
അല്ലെങ്കിൽ,
ഇങ്ങനെ നനയ്ക്കുമോ?!
മുഴുവനും നനയുമോ?!

പൂഹോയ്യ്!!!!!

കടത്തിണ്ണയിൽ പരസ്പരം ദുരിതംമണത്തുറങ്ങും ഉടലുകൾ..
ആണേത് പെണ്ണേത് എന്നൊന്നും
നിഴലുകളുടെ അളവെടുത്താലുമറിയാത്തവണ്ണം
തമ്മിലൈക്യപ്പെട്ടുന്നൊരു കാര്യത്തിൽ
ഉരുകിയൊലിച്ചൊന്നായിപ്പോയവർ!!!

പട്ടിനാക്കുപോലെയൊരു നനഞ്ഞ
നിലാക്കീറ് എല്ലാത്തിലും നക്കിനക്കിയങ്ങനെ നടപ്പുണ്ട്..

അന്നേരം ദേ,
പെരുവഴിക്കപ്പുറം,
കെട്ടിടങ്ങളിൽ കെട്ടിപ്പിടിക്കാതെ കിടന്ന് ഉറക്കംനടിക്കുന്നവർ
ആവികൊണ്ട് അകന്നുപോയവർ
``കൊത്തിക്കുടി..വെട്ടിച്ചുട്"
എന്നുകേട്ടുഞെട്ടി വെളിച്ചം വിഴുങ്ങി ഇരിക്കുന്നു..
``ധ്രാധം..കാലൻകോഴി.. പണ്ടാരം" എന്നു പ്രാകുന്നു

അപ്പോ,ദേ...
തങ്ങളിൽ തങ്ങളെ വാറ്റിയെടുത്ത് നീറ്റിയെടുത്ത്
മതിവരുവോളം കൊത്തിക്കുടിക്കുന്നു
ഇരുളിനെ വെട്ടിച്ചുടുന്നു
ഉറഞ്ഞുപാടുന്നു
മിന്നല് ചുംബിച്ച് കത്തുന്ന ഉടലുകൾ
കടത്തിണ്ണയിൽ പൂഹോയ്യ്!!!!!

രസം

മധുരത്തെക്കുറിച്ചുള്ള വിചാരങ്ങളെല്ലാം
അല്പനേരം നിർത്തിവയ്ക്കുക

വെറുതെ ഓർമ്മിക്കുക, അമ്മയെ!
കണ്ണുകൾ നിറഞ്ഞുവെങ്കിൽ പഠിച്ചുകഴിഞ്ഞു.,

ജീവിതത്തിൽ ഉപ്പെന്നാൽ
എന്താണ്/എന്തായിരുന്നു
എന്ന പാഠം!!!

വരത്തുപോക്ക്

വെയില്കായുന്ന കോഴിപ്പെടയെപ്പോലെ
മണ്ണിലേയ്ക്ക് ചാഞ്ഞിറങ്ങും..
ഒന്നുമറിയാത്ത ആട്ടിൻകുട്ടിയായ്
കയറിച്ചെല്ലും ചായ്പിനുള്ളിലേയ്ക്ക്...
കുറിഞ്ഞിപ്പൂച്ചയെപ്പോലെ പതുങ്ങിപ്പതുങ്ങി കൂടെ കിടപ്പാകും..

പിന്നെപ്പിന്നെ പനിക്കൂർക്കയുടെ മണമുള്ള പാട്ടായ്മാറി
സംഭവിച്ചിട്ടേയില്ലാത്ത കാര്യങ്ങളുടെ ഓർമ്മയെ
കിനാവിൽ തളിച്ച് തളിച്ച് ഉണർത്തുകയായ്...
വെറുതെ നുള്ളിനോവിച്ച് രസിക്കുകയായ്...
അറിഞ്ഞിട്ടേയില്ലാത്ത അനുഭവങ്ങളേതൊക്കെയെന്ന്
ഓർമ്മപ്പെടുത്തുകയായ്...

ഒടുവിൽ, വീട്ടുസാമാനങ്ങൾ വില്ക്കാനെത്തിയ (ഒന്നും വാങ്ങിയില്ലെ
ങ്കിലും പരിഭവമില്ലാത്ത) പെൺകുട്ടിയെപ്പോലെ,
തീഥങ്ങളും വെയിലത്തും മൊഞ്ചുവാടാത്ത
പുഞ്ചിരിയോടെ തിരിച്ചിറങ്ങും

എന്നിട്ട്,
'നൊടിയിടമുമ്പ് അരികെ ഉണ്ടായിരുന്നതും
ഇപ്പോൾ ഉണ്ടോ ഇല്ലയോ എന്ന്
നിശ്ചയമില്ലാത്തതുമായ
എന്തോ ഒന്നിനെച്ചൊല്ലി
അറിയാതെ തേങ്ങിപ്പോയോ`താനെന്ന്

സന്ദേഹിച്ചുനിൽക്കുന്ന
ഏകാകിയുടെ കണ്ണിൽ
ഒരുതുള്ളി മിന്നൽപൊടിപ്പിച്ച് നടന്നുപോകുന്നു.,
തോന്നലുകളുടെയും തോന്ന്യാസങ്ങളുടെയും മഴഴഴഴഴഴ!!!!!

അലിഖിതം

ഉരിയാടാത്ത വാക്കിന്റെ
നാനാർത്ഥങ്ങളിൽ നനഞ്ഞ പാതിരാച്ചെരിവിൽ
നീയൊരു ശിലായുഗ ചിത്രശാല!!

എന്നാണ് നിന്റെ വിചിത്രമായ
ചിത്രലിപികൾ എനിക്ക് വായിച്ചെടുക്കാനാവുക?!

ഒരിക്കൽ,
വാക്കിന്റെ വർഷകാലം നീങ്ങുംവേളയിൽ,
നീ സ്വയം മണ്ണുനീക്കി കണ്ടെത്തുമെന്ന വിചാരത്തിൽ
ഈ ഇടയ്ക്കൽ ഗുഹയിൽ
ഞാനെന്നെ കോറിയിടുന്നു!!!

'കാട്ടിൽ' ഉണ്ട്; 'നാട്ടിൽ' ഇല്ല!!!

മുരുകനും മാർക്സും തോളോടു തോൾചേർന്ന്...
മിശിഹായ്ക്കുകൂട്ടായ് മക്കയിലെ കഅബ...

പക്ഷേ, നായാട്ടുകാരാ മലയാളിമോനേ,
ആണിയെടുത്ത് ആഞ്ഞുതറച്ചുവയ്ക്കണം
നിന്റെ ചുവരിൽ ആ മുഖംകൂടി...
ആ നോട്ടംകൂടി...
ആ കറുപ്പുകൂടി...
ആ വിശപ്പുകൂടി...
കേൾക്കുമ്പോ നാടിനെത്ര കയ്ച്ചാലും
ഓർക്കുമ്പൊഴൊക്കെ കാടിന്റെ ഇനിപ്പ് കിനിയുന്ന
ആ രണ്ടക്ഷരപ്പേരുകൂടി...
എങ്കിലേ നീ തികവൊത്തൊരു വേട്ടക്കാരനാകൂ!!!!

കടൽക്കയറ്റം

പുഴയ്ക്കക്കരെ ഉത്സവം...
ഉടുമുണ്ടുരിഞ്ഞ് തലയിൽക്കെട്ടി നീന്തി
മണൽ വണ്ടികൾ നിറയ്ക്കുന്നവർ കല്ലെറിഞ്ഞു..
എന്താ? എന്താ?? പൂയ്!! പൂയ്!!
കുറച്ചുകഴിഞ്ഞൊന്നോർത്തുനോക്കി;
പുഴ അവിടെയില്ല, നാണംവന്നു മുണ്ടുടുത്തു.

മഴപെയ്യുന്നു,കുടയില്ല
വാഴയിലമുറിച്ച് ചൂടിനടന്നു
കവലയിൽവച്ച് ആളുകൾ കൂവി..
എന്താ? എന്താ? പൂയ്!! പൂയ്!!
കുറച്ചുകഴിഞ്ഞൊന്നോർത്തുനോക്കി;
മഴയൊന്നും പെയ്യുന്നില്ല!
നാണംവന്നു
ഇല കളഞ്ഞു.

കടലിരമ്പുന്നു.. പുഴയുംമഴയും കടലിൽക്കാണും
കടലിൽച്ചാടി മുങ്ങിത്തപ്പി, ഉപ്പുമാത്രംകിട്ടി!!

കൂവാനിവിടാളില്ലേ? കല്ലെറിയാനാളില്ലേ?
കുറച്ചുകഴിഞ്ഞൊന്നോർത്തുനോക്കി;
ഓർമ്മകളൊക്കെയുമൊളിച്ചുവച്ചവൾ
അവിടെത്തന്നെയുണ്ട്!!

നാണംവന്നു
കരയിൽക്കയറി മണലിൽ കുത്തിയിരുന്നു...

പലവട്ടവുമാലോചിച്ച്
വലവീശാനറിയാഞ്ഞൊടുവിൽ
`കടലമ്മേ കള്ളീ` മന്ത്രം
ഒറ്റത്തവണ നിലത്തെഴുതി
കടലിനെപ്പിടിച്ചു കരയിലിട്ടു!!!!

മാനത്തിന്റെ മടിത്തട്ടിൽ

മാനത്തിന്റെ മടിത്തട്ടിൽ
മേഘത്തിന്റെ കളിത്തട്ടിൽ
സ്വാതന്ത്ര്യത്തിൻ മണികൊത്തി
കാറ്റുംകിളിയും കളിയാടി
ഏട്ടിൽ പറയും കഥപോലെ
വാക്കിലൊതുങ്ങാൻ നിൽക്കാതെ
കുട്ടിയ്ക്കപ്പൊക്കൊതിയായി
പറവയ്ക്കൊപ്പമുയർന്നീടാൻ

കൂട്ടിലടച്ചൊരു തത്തമ്മേ
നിന്നുടെ കൂട്ടിന് ഞാനുണ്ട്
കൂടിൻപൂട്ട് തുറന്നു തരാം
മേട്ടിൽ പോകാം മേളിക്കാം
തത്ത പറന്നു പറന്നേപോയ്
കൊന്നത്തെങ്ങിനു ചുറ്റുമ്പോൾ
ടക് ടക് ശബ്ദം കേൾക്കയായ്
അങ്ങേലത്തെ മരംകൊത്തി

ഉണ്ണിക്കുള്ളലിവുണ്ടേലും
പാറാൻ ചിറകുകളില്ലല്ലോ;
അർത്ഥംവച്ചു ചിരിച്ചല്ലോ വേനൽത്തുമ്പീം പൂമ്പാറ്റേം
എന്നാലെന്താ, വൈകാതെ ചെമ്മേവന്നു വിഷുപ്പക്ഷി
ഉണ്ണിക്കുട്ടനു കൈനീട്ടം നൽകീ,
നല്ലൊരു മഞ്ഞപ്പൂ!!!!!!

നിലാവിനെക്കുറിച്ച് ഒരു സ്വകാര്യം

നിലാവ് വെറുമൊരു വെളിച്ചമല്ല
നിലാവ് ഒരിരുളുമല്ല
അതിന് നിറമില്ലാത്ത നിറമാണ്.
നിലാവെന്നാൽ
ഇരുളും വെളിച്ചവും ഇണചേരുന്നതുമല്ല

അത്,
ഇഷ്ടമുള്ള
ആരെയോ
നിറമുള്ള ഉടുപ്പുകളെല്ലാം തനിയെയഴിച്ചുവച്ചപാടെ
ആദ്യമായ് കാണുന്നത്പോലെയാണ് !!!

ഭൂതലത്തിന്നക്കരെ നിന്നുംവരുന്ന
ആ കാഴ്ച,
കാണുന്നയാളെ ഒരുനിമിഷം
അങ്ങേലോകത്തേക്ക്
കെട്ടി യെടുക്കുന്നു..
അതുകൊണ്ട്
നിലാവ് അക്കരെക്കുള്ളൊരു പാലമാകുന്നു!!!

തനിയെ

കരൾ തുരന്ന നോട്ടം
കടൽ കടന്ന നോട്ടം
കടം കുടിച്ച കാത്തിരിപ്പ്

ഒറ്റയ്ക്കൊരു സാറ്റുകളി
കണ്ണടച്ചിരുട്ടാക്കൽ
തലവേദന

പിന്നെ,
നിഴൽപൊക്കിനോക്കി
ചമ്മിച്ചുരുണ്ടു ചുമ്മാ
ഒരട്ടയുറക്കം...!

വൈറസ്

തൃണത്തിന്റെ തുമ്പിലും വൈറസായി
പണത്തിന്നുമീതെയും വൈറസായി
കനപ്പെട്ടതൊക്കെയും കവരുവാനായ്
പനിക്കാലരാത്രിയും വരികയായി

മദംകൊണ്ടതൊക്കെയും വെറുതെയായി
മതംചൊന്നതൊക്കെയും വെറുതെയായി
വ്രണപ്പെട്ടതൊക്കെയും പൊറുതിയായി
നിണപ്പാടിലാകെയും വറുതിയായി

നടപ്പുള്ളതെല്ലാം പൊളിച്ചടുക്കി
ഉടൽപ്പച്ചയെല്ലാമഴിച്ചെടുത്തു
അരിപ്രാവുപോലെയീ പാഴ്നിലത്തിൽ
തരിപ്രാണനയ്യോ പറക്കയായി

അണുതാപവീചികൾ വീശിടുമ്പോൾ
തണുപ്പുള്ള തീയിൽ മനസ്സുപൊള്ളി
തനിച്ചങ്ങിരിക്കവേ ഈയുലകിൽ
മനുഷ്യൻ ജനിക്കയാണീനിമിഷം

സൂര്യൻ

വൈകുന്നേരം പണികഴിഞ്ഞെത്തുന്നപാടെ,
പതിവില്ലാതെയവൻ
അവളെ വാരിപ്പുണർന്നുകൊണ്ടൊരുപാടുനേരം കിടക്കും

ഒടുക്കം കാതിൽ പതുക്കെ പറയും.,
എന്റെ സന്ധ്യേ,
നാളെ നക്ഷത്രങ്ങൾക്കിടയിനിന്നും മാനത്തുനിന്നും
അവരെന്നെ പുറത്താക്കുന്ന ദിവസമാണ്!

അപ്പോൾ അവൾ കരയും
അവനും കരയും
പിന്നെ രണ്ടുപേരും
കെട്ടിപിടിച്ച് പൊട്ടിക്കരയും
അന്നാണ് മണ്ണിൽ നക്ഷത്ര മഴ!!!!!

കൊറോണം

താഴെട് താക്കോലെട്
നിനക്കുമെനിക്കുമിടയ്ക്കൊരു പൂട്ടിട്
അടിക്കണക്കിനളന്നു തമ്മിലകന്നിടാം
ആറടിക്കണക്കിനളന്ന മണ്ണിൽ കണ്ടുമുട്ടാതിരുന്നിടാം!!

●

പങ്കിട്ടുകൂടാപ്പകർച്ചയുമായ് വന്ന കോവിഡീവാതിലിൽ മുട്ടുന്ന
ഞെട്ടലിൽ
ഒത്തിരിപ്പേർ ഞങ്ങളൊറ്റക്കിരിക്കിലും
ഒരുമിച്ചിരിക്കുന്നിതാദ്യമായ്,കാലമേ!!

●

മടുത്തെങ്കിലിടക്കിടെ
മനസ്സൊന്നു നനക്കെടോ
മതിലിനു പുറത്തുള്ള
മനുഷ്യരെ നിനക്കെടോ

●

അണുക്കൾ നമ്മെ പഠിപ്പിനായിന്നാശാൻ കളരിയിലാക്കി
അകത്തിരുത്തി കൊറോണക്കാലം പാഠംചൊല്ലിത്തന്നു.,
അടുത്തുകൂടീട്ടടുപ്പമേറെ നടിച്ചനാളുകൾപോയി
അകന്നിരുന്നിട്ടപരനെയോർക്കാൻ പറയുകയാണിക്കാലം!!!!

●

ഒരൊറ്റ   വൈറസ്ച്ചുംബനംമതി
ലോകത്തിലെ ഒരേയൊരു
പ്രകൃതിവിരുദ്ധനും, ഭൂമിയുടെനേർക്കുള്ള
അവന്റെ പ്രണയകാപട്യങ്ങളും ഒലിച്ചുപോകാൻ!!!

●

മുറിവിട്ടിറങ്ങി മുറ്റത്തെല്ലാം പിച്ചവെച്ചുനടക്കുമ്പോൾ
ആരാ,എന്നാ,എവിടുന്നാ പേരെന്നാ
എന്നൊക്കെ ചോദിച്ചോരു കൊത്തുകൊത്തിപ്പറന്നു പോകുന്നു.,
കണ്ടിട്ടില്ലാത്ത കൊറേ പക്കികൾ പ്രാണികൾ
പച്ചിലകൾ!!!

കാറ്റത്താരോ കരയുന്നുണ്ട്

സൈബർച്ചുരമിറങ്ങും കാറ്റേ,
മോന്ന പഠിക്കാൻ ലോൺ തരുമോ?
കടമിനിയില്ലാ, പാടത്ത്
മഴപെയ്യിക്കാൻ പോണു ഞാൻ!

തുരുമ്പേ,യിങ്ങനെ കരളുമെടുത്താൽ
പാടത്തേക്കിനിയാരുണ്ട്?
നീയല്ലെങ്കിൽ വേറെയൊരുത്തൻ
വയലേലകളിൽ പണിചെയ്യും!

കപ്പേ, കുഞ്ഞിൻ പശിയാറ്റാൻ
ചെറുതാം പെറിയ കിഴങ്ങുതരൂ..
എന്താണച്ഛാ, കണ്ണീരിങ്ങനെ?
ചോടൊന്നാകെയെടുത്തോളൂ!

സൈബർച്ചുരമിറങ്ങിയകാറ്റേ,
വിളക്കണച്ചതു നന്നായി,
കപ്പയൊരിത്തിരി നഞ്ചുംകൂട്ടി-
ത്തിന്നാലാരും കാണില്ല!!!

ഉറുമ്പേ, ശകലം കപ്പയുമായി-
ത്തിണ്ണയിലേക്കിന്നോടരുതേ.!
ഇപ്പോൾത്തന്നെ പറഞ്ഞു തുടങ്ങ്യാൽ
ചിതലേ, കേൾക്കാനാളുണ്ടോ?!

ജീ...വി...തം...

കണക്ക്സാറേ... കണക്ക്സാറേ...
കറുപ്പിൽ ചിതറിക്കിടക്കുന്ന
ഈ വിളറിയ അക്ഷരങ്ങളെ
എളുപ്പത്തിലൊന്നു കൂട്ടിവായിച്ചെടുക്കാമെങ്കിൽ
ആകെമൊത്തംടോട്ടല് എത്ര അക്കങ്ങൾ പഠിക്കണം..?!!!